ஆப்கன் வரலாறும் அமெரிக்க வல்லூறும்

விரிவாக்கப்பட்டது

ஆப்கன் வரலாறும் அமெரிக்க வல்லூறும்

விரிவாக்கப்பட்டது

சு.பொ. அகத்தியலிங்கம்

பாரதி
புத்தகாலயம்

AFGHAN VARALAARUM AMERICA VALLOORUM
SU. PO. AGATHIYALINGAM
Our First Edition: October, 2021

Published by
BHARATHI PUTHAKALAYAM
7, Elango Salai, Teynampet, Chennai - 600 018
Email: thamizhbooks@gmail.com | www.thamizhbooks.com

ஆப்கன் வரலாறும் அமெரிக்க வல்லூறும்

சு.பொ. அகத்தியலிங்கம்

எமது முதல் பதிப்பு: அக்டோபர், 2021.

(நன்றி: அலைகள் வெளியீட்டகம் - 2002)

வெளியீடு:

பாரதி புத்தகாலயம்

பாரதி புத்தகாலயம்
7, இளங்கோ சாலை, தேனாம்பேட்டை, சென்னை - 600 018.
தொலைபேசி: 044 24332424, 24356935 விற்பனை : 24332924

விற்பனை நிலையங்கள்

மதுரை: 37A, பெரியார் பேருந்து நிலையம் 045 22324674
ஈரோடு: 39: 39 ஸ்டேட் பாங்க் சாலை 9245448353
திண்டுக்கல்: பேருந்து நிலையம் 9942331105, 9976053719
பழனி: பேருந்து நிலையம் அருகில் 9442883696
திருப்பூர்: 447, அவினாசி சாலை 9486105018
சேலம்: பாலம் 35, அத்வைத ஆஸ்ரமம் சாலை 0427 2335952
திருவல்லிக்கேணி: 48, தேரடி தெரு 9444428358
வடபழனி: பேருந்து நிலையம் எதிரில் அடையார் ஆனந்தபவன் மாடியில் 9444476967
பெரம்பூர்: 52, கூக்ஸ் ரோடு 9444373716
திருவாரூர்: 35, நேதாஜி சாலை 9442540543
சேலம்: 15, வித்யாலயா சாலை சாலை
திருநெல்வேலி: 25A, ராஜேந்திரநகர் 9442149981
அருப்புக்கோட்டை: 31, அகமுடையார் மஹால் 9994173551
மதுரை: சர்வோதயா மெயின்ரோடு
குன்னூர்: N.K.N வணிக வளாகம் பெட்போர்ட்
செங்கல்பட்டு: 1 D ஜி.எஸ்.டி சாலை 044 27426964
விருதுநகர்: 131, கச்சேரி சாலை 0456 2245300
கும்பகோணம்: 352, ரயில் நிலையம் எதிரில் 9443995061
வேலூர்: பேஸ் III, சத்துவாச்சாரி 9442553893
நெய்வேலி: பேருந்து நிலையம் அருகில், 9443659147
தஞ்சாவூர்: காந்திஜி வணிக வளாகம் காந்திஜி சாலை 9655542400
கோவை: 77, மசக்காளிபாளையம் ரோடு, பீளமேடு 8903707294
திருச்சி: வெண்மணி இல்லம், கரூர் புறவழிச்சாலை 9994289492
திருவண்ணாமலை: முத்தம்மாள் நகர்
நாகர்கோவில்: 699 கே.பி.ரோடு R.V. புரம் 9443450111
சிதம்பரம்: 22A / 18B தேரடி கடைத் தெரு, கீழவீதி அருகில் 9994399347
கரூர்: நாரத கானசபா அருகில் (TNGEA OFFICE) 9442706676
பாண்டிச்சேரி : கிழக்கு கடற்கரைச் சாலை, இலாசுப்பேட்டை, 9486102777
அருப்புக்கோட்டை : கதவுஎண் 49 A/4 ஐம்பதூர் தேவாங்கர் உறவின் முறை கட்டிடம் முதல் தளம்

நினைத்த நூல்கள்... நினைத்த நேரத்தில்...

thamizhbooks.com 8778073949

அச்சு : பிரிண்டெக், சென்னை 600 005.

முதல் பதிப்பிற்கான முன்னுரை

"ஆப்கானிஸ்தான் - பயங்கரவாதம் - அமெரிக்கா போன்ற சொற்கள் இப்போது நிறைய பேசப்படுகின்றன. ஆப்கன் வரலாற்றுப் பின்புலத்தோடு ஒரு நூல் வேண்டும். எழுதித்தர முடியுமா?" இப்படி தோழர் பெ.நா. சிவம் தொலைபேசியில் கேட்டார். "இரண்டு நாள் அவகாசம் கொடுங்கள். யோசித்துச் சொல்கிறேன்" என்றேன்.

தோழர் வே. மீனாட்சிசுந்தரத்திடம் இதுபற்றி விவாதித்தேன். "செய், உன்னால் முடியும்" என்று நம்பிக்கையளித்ததுடன் இணைய தளத்திலிருந்து நாலைந்து கட்டுரைகளை எடுத்துக் கையில் தந்தார். தோழர் சிவம் பழைய சோவியத் வெளியீடுகள் சிலவற்றைக் கொடுத்தார்.

மார்க்சிஸ்ட் கம்யூனிஸ்ட் கட்சியின் வடசென்னை மாவட்டக்குழு அலுவலகத்தில் செயல்படும் தோழர் பி.ஆர். பரமேஸ்வரன் நினைவு நூலகத்திலிருந்து 20க்கும் மேற்பட்ட புத்தகங்களை மூட்டை கட்டிக் கொடுத்தனர் மாவட்டச் செயலாளர் தோழர் கே. கிருஷ்ணனும் அலுவலகச் செயலாளர் தோழர் என். மருத்துவமணியும். சக பத்திரிகையாளர் விஜய் சங்கர், காப்பீட்டுக் கழகத் தோழர்கள் சூரி, ராஜேந்திரன், கோவிந்தராஜன் ஆகியோர் ஏராளமான பத்திரிகைச் செய்திகள், கட்டுரைகள், படங்கள், இணையதளத்திலிருந்து எடுக்கப்பட்ட செய்திக் கட்டுரைகள், புத்தகங்கள் எனக் குவித்து விட்டனர்.

என் மேசை முழுவதும் புத்தகங்களும் கட்டுரைகளும் நிறைந்து விட்டன. ஆப்கானிஸ்தான் போலவே அவற்றுக்குள்ளும் பயணித்து வருவது சுலபமாக இல்லை. ஏராளமான தகவல்கள், செய்திகள் கிடைத்தன. அவற்றில் எதை எதைத் தேர்வு செய்வது என்பது பெரும் பிரச்சினை.

வரலாறு படிக்கும் பழக்கத்தை பள்ளிக்கூடங்களில் நசுக்கிவிட்ட காலம்; படிக்கிற வாசகன் சோர்வு தட்டாமல் படிக்க வேண்டும்; குறைந்தபட்ச சித்திரத்தை வரைந்து காட்டவும் வேண்டும். சவாலான பணிதான். எனவே எனக்கு நானே ஒரு வரையறை வகுத்துக்கொண்டு களத்தில் இறங்கி இச்சிறிய நூலை எழுதி முடித்துள்ளேன். ஆப்கன்

என்கிற நாடு உருவானது சில நூறாண்டுகளுக்கு முன்பேதான்; அதுபற்றிப் பேசும் இந்நூல் இரண்டே மாதங்களில் உருவானது. எனினும் ஆப்கன் சிக்கலின் வேரும் அமெரிக்க ஆதிக்கத்தின் கோரமும் படிக்கும் வாசகர் நெஞ்சில் பதியுமானால் நான் வெற்றி பெற்றவனாவேன். வாசகர்களே தீர்மானிக்க வேண்டும்.

இந்நூல் வெளிவர பெரிதும் காரணமான மேலே குறிப்பிட்ட தோழர்களுக்கும், அணிந்துரை வழங்கியுள்ள மார்க்சிஸ்ட் கம்யூனிஸ்ட் கட்சியின் மத்தியக்குழு உறுப்பினர் தோழர் ரங்கராஜன் அவர்களுக்கும் பல்வேறு ஆலோசனைகள் வழங்கிய தோழர் ராமச்சந்திர வைத்தியநாத், வரிக்கு வரி படித்துச் செப்பம் செய்து கொடுத்த தோழர் மயிலைபாலு, பல்வேறு வகையில் உதவிய என் மனைவி சி. கலாவதி, அலைகள் வெளியீட்டகம், வைகை பிரிண்டர்ஸ் & பப்ளிஷர்ஸ் ஊழியர்களுக்கும், நல்ல முறையில் வடிவமைத்த தோழர்கள் ஜெயந்தி, தியாகு, சிவகுமார், நல்ல முறையில் முகப்பு வடிவமைப்புச் செய்த மலைச்செல்வம் ஆகியோருக்கும் நன்றி - நன்றி - நன்றி!

வாசகர் கருத்துகளே என்னைத் திருத்தும்.

எழுதுங்கள் - எதிர்பார்த்துக் காத்திருக்கிறேன்!

உங்கள் தோழன்,

சு. பொ. அகத்தியலிங்கம்.

முதல் பதிப்பின் அணிந்துரை

"ஆப்கன் வரலாறும் அமெரிக்க வல்லூறும்" என்கிற இந்தப் புத்தகத்தில் மகாபாரத காந்தாரியைச் சுட்டிக் காட்டி ஒரு காலத்தில் ஆப்கன்வரை இந்திய பூபாளம் வியாபித்திருக்கக் கூடும் என இந்நூலாசிரியர் கூறுவதையும் இணைத்துப் பார்க்கிறபொழுது இந்தியாவைப்பற்றி மார்க்ஸ் கூறியது ஆப்கனுக்கும் பொருந்துவதைக் காண முடிகிறது.

"உள்நாட்டுப் போர்கள், படையெடுப்புகள், புரட்சிகள், வெற்றிகள், பஞ்சங்கள் எல்லாம் சிக்கலாகவும் விரைவுடனும் நாசகரமாகவும் தோற்றம் தந்தாலும் ஹிந்துஸ்தானத்தில் அவை மேல்மட்டத்தைவிட கீழே ஆழ்ந்து செல்லவில்லை. இந்திய சமுதாயத்தின் முழு அமைப்பையும் பிரிட்டன் குலைத்துவிட்டது; அதைத் திருத்தி அமைக்கும் முயற்சிக்கான எந்த அடையாளத்தையும் இன்னும் காணோம். இவ்வாறு பழைய உலகத்தை இழந்து புதிய உலகத்தைப் பெறாததால் இப்போதைய துயரம் மேலும் கடுமையானது போலிருக்கிறது; அதனால் பிரிட்டனால் ஆளப்படும் ஹிந்துஸ்தானம் தன் பண்டைய மரபுகளிலிருந்தும் தன் பண்டைய வரலாறு முழுவதிலுமிருந்தும் பிரிந்து நிற்கிறது."

"இந்தியாவில் முஸ்லீம்களும் இந்துக்களும் மட்டுமல்ல சாதியோடு சாதி பழங்குடியினரோடு பழங்குடியினரும் பிரிந்து நின்று மோதிக்கொள்கின்றனர்". இவ்வாறு 1853ஆம் ஆண்டு கார்ல் மார்க்ஸ் எழுதினார். ஆப்கன் வரலாறும் இன்றும் அப்படித்தான் படையெடுப்புகள், பழங்குடியின் மோதல்கள் என சோகச் சித்திரமாக உள்ளது.

மூன்றுமுறை ஆங்கிலேயர்கள் ஆப்கன்மீது படையெடுத்தனர். மூன்று முறையும் ஆங்கிலேய ஏகாதிபத்தியம் தோல்வியைத் தழுவியது. ஆப்கனில் உள்நாட்டுப் போர்களுக்கு பஞ்சமே இல்லை. சோற்றிற்கும் தண்ணீருக்கும் பஞ்சம் இருந்தது. ஆகவே பழங்குடி மக்களிடையே இடையறாத மோதல் இருந்தது. ஆனாலும் ஆங்கிலேய ஏகாதிபத்தியத்தின் படையெடுப்பு வெற்றிபெறவில்லை. அன்று ஆப்கனில் தன்னுடைய மூதாதையர்கள் பெற்ற தோல்விகளை

ஈடுகட்டத்தான் இன்று பிரிட்டிஷ் பிரதமர் டோனி பிளேயர் ஆப்கனை அமெரிக்கா கைப்பற்ற எடுபிடியாக அலைகிறாரோ?

1976இல் மன்னராட்சி வீழ்த்தப்பட்டு முற்போக்கான அரசு உருவாகியது. அதற்கு சோவியத் யூனியன் ஆதரவு அளித்தது. அந்த ஆட்சியை அகற்றிட ஏகாதிபத்தியம் மத முரடர்களின் கூட்டணியை உருவாக்கியது. அந்தக் கூட்டணியானது இன்று வடக்கு கூட்டணி, தலிபான்கள் என்றெல்லாம் பிரிந்து மோதுகிறார்களே அவர்களையெல்லாம் உள்ளடக்கிய முஜாஹிதீன்கள். இவர்கள் அரசு கொண்டுவந்த பெண் கல்வியை எப்படி தடுத்து தாக்கினர் என்பதை இப்புத்தகம் சிறப்பாக எடுத்துக்காட்டுகிறது.

பல இடங்களில் கல்வி தீபத்தை ஏற்றுவதற்கு எதிராகவும்; பெண்கள் உரிமைக்கு எதிராகவும் தொடுத்த தாக்குதல்கள் விவரிக்கப்பட்டுள்ள பாங்கு உள்ளத்தைத் தொடுகிறது. குறிப்பாக நான்காவது அத்தியாயத்தில் பெண்கள் பள்ளியில் முஜாஹிதீன்கள் புகுந்து சுட்டுக்கொன்று குவித்ததையும் மதகுருக்களை கொன்றதையும் படிக்கிறபோது மத அடிப்படைவாதம் எவ்வளவு குரூரமானது என்பது பளிச்சென உறைக்கிறது.

அதே சமயம் மக்கள் மதப்பிடிப்பில் சிக்குண்டு மீள வழி தெரியாமல் தாங்களே தவிக்கும் நேரத்தில் செய்யப்படும் சீர்திருத்தங்கள்கூட எதிர்ப் புரட்சிக்காரர்களின் கைவாளாக மாறிப்போகும் சோகத்தை இந்நூல் நன்கு பதிவு செய்கிறது. மக்கள் மனதை பக்குவப்படுத்துவதே முதல் கடமை என்பதை இந்நூல் சரியாக அறிவுறுத்துகிறது. அந்தப் படிப்பினை நம் நாட்டிற்கும் பொருந்தும்.

சு.பொ.அகத்தியலிங்கம் ஏற்கெனவே அறிமுகமான எழுத்தாளர். அவரது எழுத்து நடையும், விவரங்களை தொகுத்து தரும் பாங்கும் மிகச் சிறப்பாக இந்நூலில் வெளிப்பட்டுள்ளது. சோர்வு தட்டாமல் ஒரே மூச்சில் இந்நூலை படித்து முடிக்க முடிகிறது; பயங்கரவாதம், ஏகாதிபத்தியம் இரண்டையும் எதிர்த்துப் போராட உத்வேகமும் இந்நூல் தருகிறது.

செப்டம்பர் 11-ன் விளைவுகளை மார்க்சிஸ்ட் கம்யூனிஸ்ட் கட்சியின் 17-வது மாநாட்டு நகல் அரசியல் தீர்மானம் படம் பிடித்துக் காட்டுகிறது. உள்நாட்டில் ஏகாதிபத்திய எதிர்ப்புக் குரல்களை முடமாக்க அடக்குமுறை சட்டங்களைக் கொணர ஏகாதிபத்தியங்கள் நிர்ப்பந்தமான சூழலை உருவாக்கிவிட்டன. முன்பு “கம்யூனிசத்துக்கு எதிராக” என்று சொல்லிக்கொண்டு

செய்தவற்றை இன்று "பயங்கரவாதத்திற்கு எதிராக" என்று சொல்லிக்கொண்டு செய்கிறது ஏகாதிபத்தியம்.

அந்த ஏகாதிபத்தியம் பேசும் மனிதாபிமானம், மனித உரிமை, நாகரிகம் இவை எவ்வளவு போலியானவை என்பதை இந்நூல் மிக நுட்பமாக வரைந்து காட்டியுள்ளது எனில் மிகையல்ல.

மத்திய ஆசியாவில் காலூன்ற முதலில் பிரிட்டிஷ் ஏகாதிபத்தியம் முயன்றது. பின்னர் ஹிட்லரின் உலகை ஆளும் பேராசைத் திட்டத்தில் மத்திய ஆசியப் பகுதியில் ஆப்கன் ராணுவ தளத்தின் அவசியம் பற்றி குறிப்பிட்டு ஏகாதிபத்தியவாதிகளின் இலக்கை அறிவுறுத்தியுள்ளார்.

பின்னர் அமெரிக்க ஜனாதிபதி ரீகன், ஹிட்லரின் உலகை ஆளும் திட்டத்தை அமெரிக்கா சுவீகரிக்க வேண்டும் என்று பகிரங்கமாகவே அமெரிக்க நாடாளுமன்றத்திலேயே பேசினார். அதற்கான வரைபடத்தையும் தயாரித்தார்.

இப்போது ஜார்ஜ் புஷ் வடக்குக் கூட்டணி ஆட்சியின் உதவியுடன் தனது பிடியை இறுக்கிக்கொள்ள முடியும் எனக் கருதுகிறார். இவ்விவரங்களைப் புரிந்து கொள்ளாத பாஜக கும்பல் அமெரிக்க உதவியுடன் ஆப்கன்மீது இந்தியா செல்வாக்கைச் செலுத்த முடியுமென விநோதமான வாதத்தை முன்வைக்கிறது. சமீபத்தில் அமெரிக்க அரசாங்கத்தின் வெளிநாட்டு விவகார செயலாளராக இருந்த ஹென்றி கிஷிங்கரும் நமது வெளிவிவகார அமைச்சரும் ஆப்கன் பற்றி கருத்து பரிமாறிக் கொண்டதை பத்திரிகைகள் வெளியிட்டுள்ளன. நமது வெளிவிவகார அமைச்சர், 'ஆப்கன் பகுதியை இந்தியா முக்கியமாகக் கருதுகிறது. போன நூற்றாண்டில் இந்தியாவின் வைசிராயாக இருந்த லார்டு கர்சன் ஆப்கன் இந்தியாவிற்கு எவ்வளவு முக்கியம் என்பதை எடுத்துக் காட்டியுள்ளார். அதுவே இன்றைய அரசின் கருத்தாகும்' என்று கூறியிருக்கிறார். அதற்கு ஹென்றி கிஷிங்கர் அந்தக் கருத்தை ஏற்பதாகவும் இந்தியாவுக்கு உதவவே ஆப்கன் விவகாரத்தில் அமெரிக்கா நுழைந்தது என்றும் கூறியுள்ளார்.

ஹிட்லரைப்பற்றி ஒரு கதை உண்டு. ஜெர்மன் சிப்பாயைப் பார்த்து நாஜிக் கட்சியினர் கூறுவார்களாம்: "இளைஞர்களே! ஹிட்லரின் படை வரிசையில் சேருங்கள். உங்களுக்காக ஹிட்லர் சாப்பிடுகிறார். உங்களுக்காக காதலிக்கிறார். உங்களுக்காக சிந்திக்கிறார். நீங்கள் அவருக்காக உயிரை மட்டும் விட்டால் போதும்" என்று கூறுவது உண்டு.

ஹென்றி கிஷிங்கரும் அதே கதையைத்தான் சொல்கிறார். “இந்திய அரசே! உங்களுக்காகத்தான் ஆப்கன் மீது படையெடுத்தோம். அங்கே முகாமடிக்க திட்டமிட்டுவிட்டோம். நீங்கள் செய்யவேண்டியதெல்லாம் அமெரிக்கா செய்வதெல்லாம் இந்தியாவின் நன்மைக்கே என்று ஓயாமல் பிரச்சாரம் செய்வதுதான்.” ‘இது எப்படி இருக்கிறது’ என்று கேட்கத்தான் தோன்றுகிறது.

மார்க்சிஸ்ட் கட்சியின் நகல் தீர்மானம் 1998ஆம் ஆண்டு கல்கத்தா மாநாட்டில் எல்லா ரகமான மத அடிப்படைவாதிகளைப் பற்றியும் குறிப்பிட்டதை சுட்டிக் காட்டுகிறது. இஸ்லாமிய மத அடிப்படைவாதிகள் ஏகாதிபத்தியவாதிகளுக்கு எப்படித் துணைபோயினர் என்பதையும் அந்த அறிக்கை எச்சரிக்கிறது. அதே நகல் அரசியல் தீர்மானம் மேலும் கூறுகிறது.

“ஏகாதிபத்திய எதிர்ப்பு சக்திகளை ஒன்றுதிரட்டுவதில் எந்த மத அடிப்படைவாதிகளும்; குறிப்பாக இஸ்லாமிய அடிப்படைவாதிகள் உட்பட உண்மையான அக்கறை காட்டவில்லை என்பதை நாம் குறித்துக்கொள்ள வேண்டும். சிபிஎம் 16-வது கட்சி மாநாடு அன்று குறிப்பிட்டது:

எண்பதுகளில் ஓங்கிய இஸ்லாமிய அடிப்படைவாதம், தொடர்ந்து மதச்சார்பற்ற ஜனநாயக சக்திகளுக்கு அச்சுறுத்தலாக உள்ளது. ஆப்கனில் உள்ள தாலிபான்களை தாங்கிப்பிடிப்பது மத்திய ஆசியா முழுவதும் தங்கள் மேலாதிக்கத்தை நிறுவுவதற்காகவே” என்ற அன்றைய எச்சரிக்கையை, தொடர்ந்து நிகழ்ந்துள்ள சம்பவங்கள் உறுதி செய்கின்றன.

பயங்கரவாதத்திற்கு எதிரான யுத்தம் என்கிற போர்வையில் அமெரிக்கா தற்காலிகமாக சில வெற்றிகளை ஈட்டியுள்ளது. முதலாவதாக தாலிபான் அரசை நீக்கிவிட்டது, இரண்டாவதாக மேற்கத்திய ஆதரவு அரசை அமைத்துள்ளது, மூன்றாவதாக ஒசாமா பின்லேடன் இயக்கத்தினை தற்காலிகமாகவேனும் சற்று பின்னுக்குத்தள்ளி இருக்கிறது. பெட்ரோல் வளமும் - எரிவாயு வளமும் மிக்க மத்திய ஆசியாவில் அமெரிக்கா தன் வர்த்தக மற்றும் யுத்த பிடியை இறுக்கியுள்ளது. இது ஆப்கனோடு நிற்காது. இதை உணராது இந்தியாவில் பாஜக அரசு அமெரிக்க ஏகாதிபத்தியத்தின் இளைய பங்காளியாகத் துடிப்பது ஆபத்தானது. இந்த அடிப்படை உணர்வை உருவாக்குவதில் இந்நூல் வெற்றி பெற்றுள்ளது.

எனவே பயங்கரவாதத்திற்கு எதிராகவும், ஏகாதிபத்திய மேலாதிக்கத்துக்கு எதிராகவும் முற்போக்கான மதச்சார்பற்ற

ஜனநாயக சக்திகளை உலகெங்கிலும் குறிப்பாக இந்தியாவிலும் அணி திரட்டும் கடமை நமக்குண்டு என்பதை மிக விரிவாக மார்க்சிஸ்ட் கட்சி அரசியல் தீர்மானம் எடுத்துக்காட்டுகிறது. அந்த வரலாற்றுக் கடமையைச் சரியாகப் புரிந்துகொள்ளவும், சரியான திசை நோக்கி மக்களை அணி திரட்டி முன்னேறவும் "ஆப்கன் வரலாறும் அமெரிக்க வல்லூறும்" என்ற இந்த நூல் பெரிதும் உதவும்.

நாம் நம் நாட்டில் மத அடிப்படைவாதிகளை எதிர்த்தும், பயங்கர வாதத்தை எதிர்த்தும், ஏகாதிபத்திய ஆதரவு கொள்கைகளை எதிர்த்தும், சுரண்டலை எதிர்த்தும் நடத்தும் போராட்டங்களுக்கு உத்வேகம் தரும் பாடங்கள் ஆப்கன் வரலாறு நெடுக உண்டு. அதனை சிறப்பான முறையில் எழுதிய சு.பொ. அகத்தியலிங்கத்திற்கும் அதனை வெளியிட்ட அலைகள் வெளியீட்டகத்திற்கும் வாழ்த்துகள்.

இந்நூலை பரவலாக மக்களிடம் கொண்டு செல்லவேண்டும். குறிப்பாக இஸ்லாமிய இளைஞர்கள் இதனை வாசிக்கச் செய்ய வேண்டும். அவர்களின் நியாயமான கோபத்தை ஏகாதிபத்தியத்திற்கும் சுரண்டலுக்கும், எதிராகத் திரட்ட வேண்டும். அதுவே என் வேண்டுகோள். அதற்கு இந்நூல் நிச்சயம் உதவும்.

தோழமையுடன்,

டி.கே. ரங்கராஜன்

மத்தியக்குழு உறுப்பினர்

மார்க்சிஸ்ட் கம்யூனிஸ்ட் கட்சி

திருத்தப்பட்ட புதிய பதிப்புக்கான முன்னுரை

2021ஆம் ஆண்டு -யுத்தம்–பஞ்சம்–நோய்-தொழுகை
"கடவுளே! நீ பெண்ணாக இருந்திருந்தால்
ஓர் ஆப்கன் பெண்ணாக இருந்திருந்தால்
நீ வருத்தப்பட்டிருப்பாய்.
நீ ஏன் பெண்களைப் படைத்தாய்?
நீ ஏன் பெண்களைப் படைத்தாய்"

- இது ஓர் ஆப்கன் லண்டாய்

இதைவிடவும் உணர்வுப்பூர்வமாக ஆப்கன் துயரை எப்படிச் சித்தரிப்பது? வெடித்துச் சிதறக் காத்திருக்கும் பிரஷர் குக்கர்களாய் ஆப்கன் பெண்களின் கையறு நிலை முடிவற்ற துயரமாய் இன்னும் எத்தனை காலம் தொடரும்?

ஆப்கன் பெண்களுடைய நாட்டுப்புறக் கவிதை வடிவமே லண்டாய். இந்த வீரியம் மிக்க கவிதை வடிவில் மறைக்கப்பட்ட சொற்களுக்குள் வரலாறும் எழுச்சியும் கைகோர்க்கும். யுகத்தின் மௌனத்தை உடைத்து கனத்த சோகத்தை உரக்கப் பேசும்.

எழுதமுடியாத போது, பேசமுடியாதபோது. தங்கள் கோபத்தை, குமுறலை ரகசிய வானொலி அமைப்பு மூலம் கவிதையாய்ப் பதிவு செய்கிறார்கள் ஆப்கன் பெண்கள். அப்படி வெளியுலகம் அறிந்ததுதான் இக்கவிதை. "லண்டாய்" எனும் பெயரில் கவிஞர், எழுத்தாளர் ச.விஜயலட்சுமி மொழியாக்கத்தில் வெளிவந்துள்ள நூலில் இடம் பெற்றுள்ளது.

தாலிபான்.2.0 வருகைக்குப் பின் நிலை மாறுமா? கண்ணுக்கெட்டிய தூரம் வரை நம்பிக்கைக் கீற்று தெரியவில்லை.

"யுத்தம்–பஞ்சம்–நோய்–தொழுகை" என்கிற நான்கிற்குள் பந்தாடப்படும் ஆப்கன் மக்களின் அழுகுரல் எப்போது ஓயும்? தற்போதைக்கு இல்லை என்பது தெளிவு.

தன்னைத்தானே ரட்சகனாய் அறிவித்துக்கொண்ட அமெரிக்கா தற்போது ஆப்கன் மக்களை நட்டாற்றில் விட்டுவிட்டு ஓடுவது ஏன்? இதுவும் அவர்களின் சதித் திட்டத்தின் ஓர் அங்கம்தானா?

பெருமளவு இரத்தம் சிந்தாத மாற்றம் என மேற்கத்திய ஊடகங்கள் முழங்குவது ஏன்? இடையில் என்ன நடந்தது?

அமெரிக்காவும் திருந்தி நல்ல பிள்ளையாகிவிட்டது; தாலிபானும் திருந்தி யோக்கியமாகிவிட்டது என நம்ப முடியுமா?

ஆப்கனின் எதிர்காலம் பற்றி ஏதாவது ஆரூடம் சொல்ல முடியுமா?

இப்படி எழும் எல்லாக் கேள்விகளுக்கும் விடை அல்ல; விடைகளைத் தேடும் முயற்சியே விரிவாக்கப்பட்ட இப்பதிப்பு.

2002இல் எழுதப்பட்ட வரலாற்றுச் செய்திகளில் சில பிழைதிருத்தங் களைத் தவிர வேறு எதையும் செய்யாமல் 2010இல் இரண்டாம் பதிப்பு கொண்டு வரப்பட்டது. அப்போது இரண்டாம் பதிப்பிற்கான பின்னுரை மட்டும் "அழுகுரல் ஓயாத பத்தாண்டுகள்" எனும் தலைப்பில் இணைக்கப்பட்டது.

இப்போது ஏற்பட்டுள்ள புதிய சூழல் – தாலிபான் 2.0 வருகை, இவற்றையொட்டி மேலும் நான்கு அத்தியாயங்கள் இணைக்கப் பட்டுள்ளன. முன்பு கூறப்பட்ட அனைத்தும் இப்போதும் சொல்லப்பட வேண்டியவை என்பதால் அப்படியே தொடர்கின்றன. அவற்றில் எந்த மாற்றமும் செய்யப்படவில்லை.

இந்நூலைக் கொணர்வதில் ஆர்வம் காட்டிய பாரதி புத்தகாலயம் தோழர்கள் நாகராஜ், சிராஜ்; இதனை பாரதி புத்தகாலயம் மூலம் வெளியிட அனுமதி வழங்கிய 'அலைகள் வெளியீட்டகம்' தோழர் பெ. நா. சிவம், மெய்ப்புத் திருத்தி உதவிய கமலாலயன், இணையர் சி. கலாவதி, நூலாக்கத்தில், அச்சாக்கத்தில் உழைத்த நண்பர்கள், வெளியிடும் பாரதி புத்தகாலயம் அனைவருக்கும் நன்றி! நன்றி! நன்றி!

சு.பொ.அகத்தியலிங்கம்,
1,செப்டம்பர் 2021.

உள்ளே...

1. நுழைவாயிலாய் ஆப்கன் 15
2. யுத்தக் களமாய் ஆப்கன் 25
3. தன் கையால் தன் கண்ணைக் குத்த.. 36
4. நரிகள் இயக்கிய ரணகள நாடக முடிவு...? 48
5. பிசாசுகள் மாறின - பிசாசுத்தனம் அதிகரித்தது 58
6. செப்டம்பர் 11-ன் முன்பும் பின்பும் வேகமான காட்சி மாற்றங்கள் 69
7. நீங்கள் எந்தப் பக்கம்? 78
8. இஸ்லாமிய நாடுகள் பயங்கரவாத நாடுகளா? 89
9. பெட்ரோல்-யுத்த தளவாடம்-ஆப்கன்-அமெரிக்கா! 97
10. யுத்தமும் அவலமும் தொடர்கதையா? 103
11. அழுகுரல் ஓயாத பத்தாண்டுகள்... 108
12. பின்லேடனின் கடைசித் தொழுகையும்,கேள்விகளும் 118
13. திக்கற்றவர்களை தெய்வமும் கைவிட்டதோ? 124
14. கஞ்சா போதை-கனிமக் கொள்ளை-சமாதான நாடகம் 130
15. அமைதியும் விடியலும் அருகில் இல்லை 137

1

நுழைவாயிலாய் ஆப்கன்...

“முதல் தடவையாக கரடு முரடான விரல்கள் பேனா பற்றி எழுதத் தொடங்கியுள்ளன” என்று எழுதினார் மூயின் பிசிசு என்கிற பாலஸ்தீனக் கவிஞர். ஆப்கானிஸ்தான் பற்றி 1980 ஆகஸ்ட் மாதம் அவர் இப்படி எழுதினார். மேலும் அவர் தொடர்ந்தார்:

“பத்தாம் பசலியான சிந்தனை ஓட்டம் - பெரும் சுமையாய் அழுத்தி பலநூறு ஆண்டு காலம் பொம்மையாய்க் கிடந்தவர்களுக்கு ஆதரவாகவும், வர்க்க ஒடுக்குமுறை மற்றும் சுரண்டலுக்கு எதிரான போராட்டங்களிலும், முன்னேறித் தாக்கும் பேராயுதமாகத் திகழும் பேனாவை முதல் தடவையாக அந்தக் கரடுமுரடான கைகள் பற்றியுள்ளன.”

“தொண்ணூறு சதம் மக்கள் எழுத்தறிவில்லா நாட்டில்-கற்பனைக்கு எட்டாத அளவில் கொடுமைகளும் இன்னல்களும் கோரத்தாண்டவம் ஆடும் ஒரு நாட்டில் - இவ்வாறு கல்விக் கண் திறக்கப்பட்டுள்ளது.”

“திடீரென பேய்க்கூட்டம் போல கொலைவெறிக் கும்பலொன்று கத்திகளை உருவிய வண்ணம் வகுப்பறைக்குள் பாய்கிறது. கொலை வெறித் தாண்டவம் கட்டவிழ்த்து ஆட்டம் போடுகிறது. அந்தக் காட்டு மிராண்டிகள் பச்சிளம் பாலகர்களின் பிஞ்சு விரல்களைத் துண்டிக்கின்றனர். ரத்தம் கொட்டுகிறது. வலிபொறுக்க முடியாமல் பிஞ்சுகள் மயங்கிச் சாய்கின்றன. சில குழந்தைகள் தப்பி ஓட முயலுகின்றன. மனித உருக் கொண்ட அந்தக் கொடிய பிசாசுகள் அவர்களைப் பிடித்து வந்து சுவரில் கைகளை அழுத்தி விரல்களைத் துண்டிக்கின்றன!”

“நிலப்பிரபுத்துவ - குலமரபுக்குழு அமைப்பின்படி - சாதாரண மக்களுக்கு கல்வி புகட்ட முயல்வது மிகப்பெரிய குற்றம்! பேனா பிடித்த குழந்தை நாளை மூடப்பழக்க வழக்கங்களுக்கு

முற்றுப்புள்ளி வைத்திடும் என்ற அச்சம்; புன்மையிருள் நீங்கி அறிவு பரவிவிட்டால் மக்களை அடக்கி ஒடுக்கி சுரண்ட முடியாது என்ற பீதி; அதனால்தானே அந்த அரக்கர்கள் மக்களை அறியாமையிலேயே ஆழ்த்தி வைக்க விரும்புகின்றனர்.''

“காபூலில் புதிய ஆரம்பப்பள்ளியின் வகுப்பறை ஒன்றில் ஆறு, ஏழு வயது நிரம்பிய குழந்தைகள் முதல் தடவையாகப் பேனா பிடித்துள்ளனர்...'' என்ற மகிழ்ச்சிப் பேரிகையோடு ரூயின் பிசிசு எழுதிய செய்தியின் சில பத்திகளைத்தான் மேலே பார்த்தோம். அந்தக் காலகட்டத்தில் 1,812 பள்ளிக்கூடங்கள் தகர்க்கப்பட்டன. 152 ஆசிரியர்கள் கொலை செய்யப்பட்டனர்.

நெஞ்சம் கனக்கும் ரணங்களும் கண்ணீரும் கண்ணிவெடிகளும் குண்டு மழையும் அன்றாட வாழ்க்கையாகிப்போன ஆப்கானிஸ்தான் மக்கள் பயங்கரவாதிகளா? அல்லது பயங்கரவாதத்தின் பலியாடுகளா? முரட்டுப் போராளிகளா அல்லது போரில் மோசமாகப் பாதிக்கப்பட்டவர்களா? ஆப்கன் எப்போதுமே போராட்டக் களமா அல்லது அகதி முகாமா? எது ஆப்கன்? யார் ஆப்கானியர்கள்? அவர்களுக்கு என்று இதயம், அபிலாசை, நாகரிகம் எதுவுமே கிடையாதா? ஒன்று துப்பாக்கியோடு அல்லது சோற்றுக்கு தட்டோடு நிற்கும் கோலமே தொலைக்காட்சியிலும் பத்திரிகைகளிலும் வருகிறதே அதுதான் ஆப்கனா? நாம் நம் இளைய தலைமுறைக்கு ஆப்கனை எப்படி அறிமுகம் செய்யப்போகிறோம்? பிச்சைக்கார கோலத்திலா? பயங்கரவாதிகள் உருவத்திலா? இவை ஏதோ உணர்ச்சி மேலிட்டால் எழும் கேள்விகள் அல்ல. ஆப்கனுக்குள் நீங்கள் நுழைந்தால் நீங்களும் இப்படித்தான் சீறிப்பாய்வீர்கள்.

எது ஆப்கன்?

“சைக்கிள்காரன்'', “காந்தகார்'' முதலிய புகழ்மிக்க திரைப்படங்களை இயக்கிய மௌசென் மக்குமல்பாஃப் (Mohsen Makhumalbat) தம் கட்டுரையொன்றை கீழ்க்கண்டவாறு தொடங்குகிறார்:

“நீங்கள் என் கட்டுரையை முழுமையாக வாசிக்க விரும்பினால் ஒரு மணி நேரம் செலவிட வேண்டும். அந்த ஒரு மணி நேரத்திற்குள் மேலும் 14 ஆப்கானியர்கள் யுத்தத்திலும் பட்டினியிலும் செத்துப் போவார்கள். அறுபதுக்கும் மேற்பட்டோர் அண்டை நாடுகளின் அகதிகள் முகாமுக்கு ஓடிவிடுவார்கள். இதுதான் ஆப்கன்'' என்றார்.

“நீங்கள் அவர்களின் அகதிகள் முகாமுக்குச் சென்றால் அவர்கள்

ஏன் மனித வெடிகுண்டுகளாய் மாறுகிறார்கள் என்பதை உடனடியாக உணர்வீர்கள். நான் இதுவரை கண்ட மோசமான இடங்களையும் விட மிக மோசமான இடம் அது. சாக்கடை நாறும். புழுக்கள் நெளியும். பட்டினி தாண்டவமாடும். மீண்டும் தங்கள் நிலம் கிடைக்கும் என்ற நம்பிக்கை துளிகூட கிடையாது. லெபனானோ, வேறு ஏதேனும் நாடோ அவர்களை ஏற்றுக்கொள்ளும் நம்பிக்கை கிஞ்சிற்றும் கிடையாது.''

இது யாரோ ஊர் பேர் தெரியாத ஒருவரின் வாக்குமூலம் அல்ல. பயங்கரவாதத்தை எதிர்க்க சிஐஏ அமைத்துள்ள படையின் முன்னாள் தலைவர் ஹவிலேண்ட் ஸ்மித் 2001 செப்டம்பர் 16 ஆம் நாள் 'பர்லிங்டன் ஃப்ரீ பிரஸ்' இதழில் தெரிவித்தது. அதாவது அமெரிக்காவில் இரு கட்டடங்கள் தகர்க்கப்பட்ட செப்டம்பர் 11 சம்பவத்தின் ஐந்து நாட்களுக்குப் பிறகு முன்னாள் சிஐஏ அதிகாரி ஒருவர் இப்படிக் கூறுவது உண்மையின் ஆழத்தைப் புலப்படுத்தும்.

அதே சமயம், செப்டம்பர் 11 அன்று உலக வர்த்தக மையக்கட்டடம், பெண்டகன் ராணுவ மையக்கட்டடம், இரட்டைக் கோபுரங்கள் ஆகியவற்றை பயங்கரவாதிகளின் தற்கொலைப் படை பயணிகள் விமானம் மூலம் தாக்கித் தகர்த்தது உலகையே அதிர்ச்சிக்குள்ளாக்கியது. உலகின் மனச்சாட்சியைத் தட்டி எழுப்பியது. உலகெங்கும் கண்டனக் கணைகள் பறந்தன. ஆப்கன், தாலிபான், பயங்கரவாதம், பின்லேடன், ஓமர் முல்லா போன்ற பெயர்கள் உலக மக்கள் மனதில் ஆழமாய்ப் பதிந்துவிட்டன. பயங்கரத்தோற்றம் உருவாகிவிட்டது.

தாலிபான்கள் காபூலில் ஆட்சியைக் கைப்பற்றிய போது, அது உலக அமைதிக்கும் நல்லிணக்கத்திற்கும் ஆபத்து விளைவிக்கும், இந்தியாவிற்கு குறிப்பாக காஷ்மீருக்கு மிகவும் ஆபத்து என்று மார்க்சிஸ்ட் கம்யூனிஸ்ட் கட்சி எச்சரித்தது. இந்தியப் பத்திரிகைகளும் பெரும்பாலான அறிவு ஜீவிகளும் இதை மார்க்சிஸ்ட் சொல்லாடலாகப் பார்த்தார்களே தவிர, அதன் ஆழ்ந்த பொருளை உணரத்தவறிவிட்டனர். ரஷ்ய எதிர்ப்பு என்கிற போர்வையில் நடைபெறும் அக்கிரமங்களும் சூழ்ச்சிகளும் பத்திரிகைகளிலும் மீடியாக்களிலும் கிட்டத்தட்ட மறைக்கப்பட்டன. அதுமட்டுமா?

ஆப்கானிஸ்தானத்தில் உண்மையில் நடப்பது என்ன? அதன் வரலாறு எது? அதன் சோகத்தின் வேர்கள் எவை? அமெரிக்கக் கழுகின் மூக்கு சதா ஆப்கனுக்காக வியர்ப்பது ஏன்? ஆப்கனில் மீண்டும் அமைதி திரும்புமா? பயங்கரவாதம் இதோடு முடிந்துபோகுமா?

இஸ்லாமுக்கும் பயங்கரவாதத்துக்கும் என்ன உறவு? இஸ்லாமிய நாடுகள் தங்கள் குரலை அடக்கிவாசிப்பது ஏன்? உலகம் முழுவதும் ஒற்றைக்குரலில் ஆப்கனையும் பயங்கரவாதத்தையும் நசுக்கத் தயாராகிவிட்டது என்பது உண்மையா? நேற்று ஆப்கன் எப்படி இருந்தது? இன்று எப்படி இருக்கிறது? நாளை என்ன ஆகும்? இப்படி எழும் பலப்பல கேள்விகளுக்கு விடை காணவே இந்நூல் முயல்கிறது.

உண்மையை அறிய வரலாற்றுப் பின்புலம் மிக மிக அவசியம் சற்று வரலாற்றுப் பக்கங்களை பின்னோக்கிப் புரட்டுவோம்.

நுழைவாயில்

“இது வறண்ட பூமிதான்; என்றாலும் தாராள மனம் படைத்த மண்” என்று அந்நாட்டிற்கு வருவோரை அழுத்தி கைகுலுக்கி வரவேற்கும் போது ஆப்கானியர் கூறுவார்களாம்.

இன்றோ இரண்டு கோடி கண்ணிவெடிகள் புதைக்கப்பட்ட நாடாக - எது எங்கே எப்போது வெடிக்கும் என்று தெரியாத நாடாக திகழும் ஆப்கன்...

வாடிப்போன புல்லிதழ்களின் மீது பனித்துளிகளே இல்லை. அதிகாலைப் பொழுதிலும் சாலையோர மணலில் இருந்து வெளிப்பட வேண்டிய புதுமண் வாசம் கூட இல்லை. நட்சத்திரங்கள் மெதுவாக மங்கி மறைகின்றன. கறுப்பும் பழுப்புமாய் நீண்டு படுத்திருக்கும் மலைத்தொடர்களின் மீது சூரியவட்டம் எழுகிறது. எங்கும் வெப்பக்காற்று வீசத் துவங்கிவிட்டது. கோடையிலும் சரி, இலையுதிர் காலத்திலும் சரி இதே கதைதான். ஒவ்வோர் அங்குல நிலமும் ஒவ்வொரு புல்லும் மனிதனும் தாகத்தால் தவிக்கவேண்டும். பனிக்காலமும் நீண்டது. கொடியது.

ஆப்கானிஸ்தான் என்று அழைக்கப்படுகிற இந்நாடு இந்தியத் துணைக் கண்டத்துக்கும், ஈரானுக்கும், மத்திய ஆசியாவுக்கும் நுழைவு வாயிலாக உள்ளது. 6,52,000 சதுர கி.மீ. பரப்பளவுள்ள இந்நாட்டின் வடக்கே துர்க்மெனிஸ்தான், உஸ்பெகிஸ்தான், தஜிக்ஸ்தான் ஆகிய முன்னாள் சோவியத் நாடுகளும் வடகிழக்கு கோடியில் மக்கள் சீனமும் கிழக்கிலும் தெற்கிலும் பாகிஸ்தானும் மேற்கில் ஈரானும் எல்லைகளாக அமைந்துள்ளன. ரஷ்யா, சீனா, இந்தியா ஆகிய நாடுகளுக்கான நுழைவு வாயில் மட்டுமல்ல, போர் மேடையாகவும் ஆப்கன் உள்ளது என்பது கவனத்தில் பதிக்க வேண்டிய செய்தி.

இந்நாட்டை கிழக்கு மேற்காக இந்துகுஷ் மலைத்தொடர் பிரிக்கிறது. பாமீர் சிகரத்தை உள்ளடக்கிய இந்த மலைத்தொடர் கிழக்கிலிருந்து 24,000 அடி உயரம் கொண்டது. இம்மலைத் தொடர் மட்டுமல்ல, நாட்டின் பெரும் (தென்மேற்கு தவிர்த்து) உயர்ந்த பனிமுடி தரித்த மலைகள் சூழ்ந்திருக்கும். பெரும் பள்ளத்தாக்குகள் நிறைந்திருக்கும்.

ஏறத்தாழ 2.8 கோடி மக்கள் தொகை கொண்ட இந்நாடு பல்வேறு இனக்குழுக்களாய் இயற்கையிலேயே பிளவுண்டு கிடக்கின்றது. பத்தானியர்கள் தஜிக்ஸ் 25%, உஸ்பெக்ஸ் 6%, ஹஜாரா 19%, சாகர், ஜமக்ஸ், துர்க்மன், பாலோச் மற்றும் இதரர்கள் 18%. ஆப்கனின் உயர்ந்த மலைகளும் பள்ளத்தாக்குகளும் இயல்பாகவே ஆப்கானியர் என்கிற தேசிய ஒற்றுமைக்கு உகந்ததாக இல்லை. மாறாக பழங்குடி இனத்தவர்கள் தங்கள் தனித்தன்மையையும் பண்பாட்டையும் பாதுகாக்கவும் தொடரவும் தனித்தனி பழங்குடி இனங்களாகத் தொடரவுமே உதவுகின்றன. அந்நிய ஆக்கிரமிப்பாளர்களுக்குத் துணை செய்வதும், தொல்லையாய் இருப்பதும், இந்தப் பழங்குடி இன வேறுபாடுகளே.

வரலாற்றுக்கு முந்தைய காலகட்டத்தில் இப்பழங்குடி இனங்களிடையே நன்கு வளர்ந்த நாகரிகம் கோலோச்சியதாக நம்பப்படுகிறது. ஆயினும் தொல்லியல் ஆய்வுகள் போதுமான அளவு மேற்கொள்ளப்பட்டு இச்செய்தி உறுதிப்படுத்தப்படவில்லை.

இந்தியாவின் பகுதியாய்...

நெடுங்காலம் இந்திய பூபாளத்தின் ஒரு பகுதியாகவே இது இருந்திருக்கக்கூடும். கைபர் கணவாய் வழியே இந்தியாவிற்கு வந்த ஆரியர்களும் மற்றவர்களும் இந்த மண்ணில் இருந்து இந்தியாவுக்கு கலாச்சார சீதனங்களைக் கொண்டு வந்திருப்பார்கள் என நம்பப்படுகிறது. மகாபாரதத்தில் வரும் திருதராஷ்டிரனின் மனைவி காந்தாரி. இவர் காந்தகார் எனும் இடத்தில் பிறந்ததால் அப்பெயர் பெற்றதாக ஒரு கருத்து உண்டு. காந்தகார் தற்போது ஆப்கனில் உள்ளது. அதுபோல் இந்துகுஷ் மலைத் தொடரில் விளையும் கஞ்சாவும் அது தந்த மயக்கமும் போதையும் தூண்டி விட்ட கற்பனைகள் நம் புராணங்களிலும் வேத நாகரிகத்திலும் இருப்பதாக ஆய்வாளர்களில் ஒரு சாரார் கருத்து தெரிவிக்கின்றனர்.

காபூலிவாலா

பேரிச்சம்பழம் போன்ற உலர் பழங்களை (Dry Fruits) விற்கும் நடைபாதை வியாபாரிகளை 'காபூலிவாலா' என்று அழைக்கும் வழக்கம் நம் நாட்டில் பரவலாக உண்டு. கவியரசர் இரவீந்திர நாத் தாகூர் எழுதிய ஒரு கதையின் தலைப்பு 'காபூலிவாலா'. அக்கதையில் வரும் காபூலிவாலா குழந்தைகள்மீது பாசமழை பொழிபவன். இக்கதை இதே பெயரில் பின்னர் திரைப்படமாகவும் வந்து பெரும் புகழ் ஈட்டியது. காபூலிவாலா பேரிச்சம்பழக் கடைகளும் "ஈரானி தேநீர்" கடைகளும் பண்டைய பண்பாட்டுத் தொடர்பின் கூறுகள் என்றே கூறலாம். அதேபோல் இந்தியாவில் புழங்கும் பல நாடோடிக் கதைகளில் ஆப்கன் நாடோடிக் கதைகளின் சாயல் இருப்பதும் அதுபோல் அங்கு இந்திய சாயல் இருப்பதும் ஒப்புநோக்கத்தக்கது.

ஆக, வரலாற்றுக்கு முந்தைய ஆப்கன் - அன்றைய பழங்குடி பிரதேசங்கள் அன்றைய காலகட்டத்தின் உயர்ந்த நாகரிகத்தைக் கொண்டு இருந்ததாகவும் அது இந்தியா, சீனா உட்பட பல நாடுகளுக்கு சென்றதாகவும் நம்பப்படுகிறது. அதுபோல் அங்கிருந்து இங்கும் பண்பாட்டுத் தென்றல் வீசியிருக்கக்கூடும்.

இப்படி பரஸ்பரம் பண்பாடுகள் பரிமாறும் மையமாக இருந்த பிரதேசம், பின்னர் போர் மையமாக மாறியது வரலாற்று விதியா? சதியா?

முதலாம் டேரியஸ் (Darius I), மகா அலெக்சாண்டர் ஆகியோர் முறையே கி.மு.500, கிமு 329-327-களில் இந்தியாமீது படையெடுக்க ஆப்கன் வாயிலாக அமைந்துள்ளது.

கி.மு.500, இல் மகா அலெக்சாண்டர் மறைவுக்குப்பின் இத்தேசம் செலுசிட் (Saleucid) ஆட்சிக்கு உட்பட்டது. இதில் வடக்கிலுள்ள பக்தீரியா (Bactria) தனியாகப் பிரிந்தது. தெற்குப் பகுதி மவுரிய ஆட்சிக்கு உட்பட்டது. மவுரிய ஆட்சியின்போது இந்தியாவில் ஓங்கிய புத்த மதம் இங்கு பரவியதற்கு இன்றும் அங்கு நிலைத்துள்ள புத்தர் சிலைகளே சாட்சி. வடக்கே உருவான பக்தீரிய அரசை தெற்கு நோக்கி விஸ்தரிக்க முயன்றபோது பத்தானிய பழங்குடியினரின் எதிர்க்கலகத்தால் வீழ்ந்தது. அடுத்து பெஷாவரை (பாகிஸ்தானில் உள்ளது) தலைநகராகக் கொண்ட குஷானர்கள் பேரரசு கி.மு.2 மற்றும் 3 ஆம் நூற்றாண்டுகளில் எழுந்தது. வீழ்ந்தது; சசானிட்ஸ் (Sassanids), எப்தலிட்ஸ் (Eptalites), துர்கிஷ்-து-க்யீ (Turkish-tu-kuie) ஆகியோர் இடையில் வந்து போயினர்.

பல்வேறு முஸ்லீம் அரசுகள் இடை இடையே வந்துபோயின. ஒன்றன்பின் ஒன்றாக எழுந்த அவை பழங்குடி வேறுபாடுகளால் வீழ்ந்தன. இந்தியாமீது படையெடுத்த முகமது கஜினியின் ஆட்சிதான் நீண்டகாலம் நீடித்த முஸ்லீம் ஆட்சி. ஈரான்முதல் பஞ்சாப்வரை இந்த ஆட்சி பரவிக்கிடந்தது.

துரானி

11ஆம் நூற்றாண்டில் இந்தியாமீது படையெடுத்த செங்கிஸ்கானும், 14ஆம் நூற்றாண்டில் படையெடுத்த தைமூரும் ஆப்கன் நாட்டின் காபூல் வழியாகவே வந்தனர். பாபர் தனது ராஜ்யத்தை விஸ்தரிக்க இந்தியாவை வெற்றிகொள்ள காபூலைத் தளமாக்கினார். 18ஆம் நூற்றாண்டில் நாதிர்ஷா (Nadir Shah) ஈரான் முதல் இந்துகுஷ் மலைவரை தம் சாம்ராஜ்யத்தை விஸ்தரித்தார். ஒரு நள்ளிரவில் நாதிர்ஷா கொல்லப்பட்டார். அவரது படையில் ஆப்கன் தளபதியாக இருந்த அகமது ஷா அப்தலி (Ahmad Shah Abdali) என்கிற பத்தானிய பழங்குடி இனத்தலைவர் இன்றைய ஆப்கனை உருவாக்கினார். இந்நாட்டின் அன்றைய பெயர் துரானி (Durrani).

1818ஆம் ஆண்டு துரானி நாடு வீழ்ந்தது. 1826 ஆம் ஆண்டு தோஸ்து முகமது என்பவர் ஆப்கன் அதிபராக முடி சூட்டிக்கொள்ளும் வரை அங்கு கிட்டத்தட்ட 10 ஆண்டுகள் இருண்டு கிடந்தது.

எவ்வளவு ஏற்ற இறக்கங்கள் இருப்பினும் ஆப்கானிஸ்தான் தன்னளவில் சுதந்திர நாடாகவே இருந்தது. பல்வேறு ஆக்கிரமிப்பாளர்கள் ஆப்கனைக் கடந்து சென்றபோதும், கைப்பற்றிய போதும் ஆப்கன் தம் பழங்குடி வாழ்வோடும் பண்பாட்டோடும் சுதந்திரமாய்த் திகழ்ந்தது.

இந்தியா, சீனா, ரஷ்யா எனும் முப்பெரும் தேசங்கள் - இந்த மூன்று பூதங்கள் - இணைந்துவிட்டால் உலகம் இவர்கள் காலடியில் என்று வர்ணிக்கப்படுகிற தேசங்களின் இடையே போர்ப் பீடமாக - யுத்தகளமாக ஆப்கன் இருப்பதால் வல்லரசுகள் தம் ஆதிக்கக் கரங்களை அங்கு நீட்டத் துவங்கின. அன்று தொடங்கிய சோகம் இன்றும் தொடர்கிறது.

"இந்தியாவில் தம் காலனி ஆட்சியைப் பாதுகாத்துக் கொள்ளல்" என்ற நொண்டிச் சாக்கின் பேரில் சுதந்திரமான ஆப்கன் அரசை தம் வசப்படுத்திக்கொள்ள பிரிட்டிஷார் முயன்றார்கள்.

முதல் ஆங்கிலோ - ஆப்கன் போர்

1838 இல் ஆங்கில ராணுவம் ஆப்கானிஸ்தான் மீது படை எடுத்தது. போரில் பிரிட்டிஷார் படுதோல்வி அடைந்து ஓட்டமெடுத்தனர் இது முதல் ஆங்கிலோ-ஆப்கன் போர் (1838-42) எனப்படும்.

1878-1880 களில் இரண்டாவது ஆங்கிலோ-ஆப்கன் போரை பிரிட்டிஷார் கட்டவிழ்த்துவிட்டனர். இதிலும் அவர்கள் மண் கவ்வ நேர்ந்தது. ஆப்கனை ஆண்ட எமிர் அப்துல் ரஹ்மான் பலவீனமான ஆள். ஆளை வளைத்து ஆட்சியை வளைக்கும் சூழ்ச்சிக் கலையில் கைதேர்ந்த பிரிட்டிஷார் அப்துல்ரஹ்மானை தம் கையாளாக ஆக்கினர். ஆப்கன் பிரிட்டிஷ் சார்பு நாடாக மாறியது. பிறகு எமிர் ஹபிபுல்லா கான் ஆப்கன் மன்னராக முடி சூட்டிக் கொண்டார். அவரது ஆட்சியில் ஆப்கன் கிட்டத்தட்ட பிரிட்டனின் அரைக் காலனி ஆகிவிட்டது.

இந்தக் காலகட்டத்தில் ஆப்கானிஸ்தான் எல்லைகளைத் தீர்மானிக்கும் ஒப்பந்தங்கள் சில ஏற்பட்டன.

1885-95 ஆண்டுகளில் ரஷ்யாவோடு எல்லை ஒப்பந்தம் ஏற்பட்டது. 1893 ஆம் ஆண்டும் பிரிட்டிஷ் இந்தியாவோடு எல்லை ஒப்பந்தம்

ஏற்பட்டது. இது 'தூரன்ட் ஒப்பந்தம்' *(Durand Agreement 1893)* எனப்படும்.

"ஆப்கானிஸ்தானை முற்றுமுழுக்க தமது ஆதிக்கத்தின் கீழ் கொண்டுவந்துவிட்ட பிரிட்டிஷார் தம்முடைய காலனி உடமைகளை விஸ்தரிக்கவும் சோவியத் ரஷ்யாவைத் தாக்கவும் நீண்ட காலத்திற்கு முன்பே ஒரு தளத்தை சிருஷ்டித்து விட்டனர்" என 1918இல் மாமேதை லெனின் சரியாகவே எச்சரித்தார்.

இந்த நேரத்தில் இந்திய சுதந்திரப் போரோடும் இந்திய கம்யூனிச இயக்கத்தோடும் சம்பந்தப்பட்ட சில செய்திகளையும் நாம் தெரிந்து கொள்வது அவசியம்.

முதல் உலகப்போர் முடிவில் *(1914-18)* பிரிட்டனும் பிரான்சும் துருக்கிமீது தம் ஆதிக்கக் கரங்களை நீட்டின. ஆசியா மைனர், திரேஸ், மெஸபட்டோமியா, பாலஸ்தீனம் போன்ற பகுதிகளை அவை பறித்துக்கொண்டன. துருக்கி சுல்தான் கலிபா பதவியை விட்டு விரட்டப்பட்டார். துருக்கியை உலகம் முழுவதுமுள்ள முஸ்லீம்கள் புனித அரசாக கருதிவந்தனர். பிரிட்டிஷார் துருக்கியை ஆக்கிரமித்தது முஸ்லீம்களிடையே கடும் கோபத்தை ஊட்டியது. கோபம் கொண்ட அவர்கள் உருவாக்கிய இயக்கமே 'கிலாபத்' எனப்படும். இந்தியாவிலும் கிலாபத் இயக்கம் வேர் பிடித்ததும் காங்கிரசோடு இணைந்து பிரிட்டிஷாரை எதிர்த்துப் போராடியதும் நடந்தது.

'ஜரத்-உல் - அராப்' எனப்படும் தங்களின் புனிதப்பகுதிகளை மீட்க உலகெங்கும் இருந்து முஸ்லீம் இளைஞர்கள் துருக்கி சென்றனர். இவர்கள் 'முஜாஹித்துகள்' என்றழைக்கப்பட்டனர். இந்தத் தன்னார்வப் படைப் பிரிவு 'ஹிஸ்ரத்' எனப்படும். இதுவும் கிலாபத் இயக்கத்தின் ஒரு பகுதியே.

இப்படிச் சென்ற இளைஞர்களை காபூலில் சந்தித்து கம்யூனிச கருத்துகள்பால் இழுக்க தமிழகத்தைச் சேர்ந்த எம்.பி.பி.டி. ஆச்சார்யாவும், அப்துல்ராயும் முயன்றனர். அப்துல் சித்திக் என்பவரையும் அவரோடு சேர்ந்த ஐந்து பேரையும் இவ்வாறு ஈர்ப்பதில் ஆச்சார்யா வெற்றி பெற்றார். இவர்கள் தாஷ்கண்ட் சென்று லெனினைச் சந்தித்தனர். தாஷ்கண்டில் முகமது ஷாபிக் தலைமையில் இந்தியப் புரட்சியாளர் சங்கம் துவக்கப்பட்டது.

இந்திய விடுதலைப்போரில் ...

இதேபோல் 1905இல் ஆப்கனின் இன்றைய தலைநகர் காபூலில் ராஜா பிரதாப் மகேந்திராவை ஜனாதிபதியாகக் கொண்டு தற்காலிக சுதந்திர இந்திய அரசு அமைக்கப்பட்டது. இந்த அமைச்சரவையில் தமிழகத்தைச் சேர்ந்த எம்.பி.பி.டி.ஆச்சார்யா அமைச்சராக இருந்தார். தென் தமிழகத்தைச் சேர்ந்த செண்பகராமன் பிள்ளை அயல்துறை அமைச்சராக இருந்தார். தீவிர தேசியவாதி அப்துல்ராய், பஞ்சாபி திலீப்சிங் ஆகியோரும் அமைச்சரவையில் இடம் பெற்றனர். பர்கத்துல்லா பிரதமராக இருந்தார். இவர்களும் லெனினை சந்தித்தனர்.

இவ்வாறு பல வழிகளில் லெனினை சந்தித்தவர்கள் அங்கு தென்கிழக்கு 'ஆசிய நாடுகளுக்காக அமைக்கப்பட்ட ராணுவப்பள்ளியில் பயிற்சி பெற்று இந்தியா திரும்பினர். அவர்கள் இந்தியா திரும்பும்போது கைது செய்யப்பட்டு சதி வழக்குகளில் ஆட்படுத்தப்பட்டனர். 1920 இல் தாஷ்கண்டில் இந்திய கம்யூனிஸ்ட் கட்சியின் கிளை உருவாக்கப்பட்டது. முகமது ஷாபிக் சித்திக் அதன் செயலாளராக இருந்தார். இந்திய புரட்சியாளர்கள் ரஷ்யா செல்லவும் பயிற்சிபெறவும் கம்யூனிஸ்டாக நாடு திரும்பவும் ஆப்கன் வழிப்பாதையாக அமைந்தது. முதல் இந்திய சுதந்திரக் குடியரசு பிரகடனப்படுத்தப்பட்டதும் காபூலில்தான். இதனால் நாடு திரும்பிய கம்யூனிஸ்டுகளை பிரிட்டிஷார் வேட்டையாடினர். 1922-27 ஆண்டுகளில் ஐந்து தாஷ்கண்ட்- பெஷாவர் சதிவழக்குகள் நடந்தன. 13 பேர் கடுந்தண்டனை பெற்றனர். ஆப்கன் எப்போதும் ஏகாதிபத்தியவாதிகளுக்கு கிலியூட்டும் பிரதேசமாகவே இருந்து வந்தது. அதனாலேயே அதனை விழுங்கவும் அந்தப் போர்த்தளத்தைக் கைப்பற்றவும் வல்லரசுகள் போட்டிபோட்டு தொடர்ந்து முயற்சிக்கின்றன.

1917இல் ரஷ்யாவில் சோஷலிஸ்ட் புரட்சி ஏற்பட்ட பிறகு - துர்க்மெனிஸ்தானில் சுயாட்சி சோவியத் சோஷலிசக் குடியரசு மலர்ந்த பின்னர் சோவியத் அரசுக்கு எதிராக சீர்குலைவு வேலைகளைத் துவங்க ஆப்கனை தளமாக்கியது பிரிட்டன்.

ஏகாதிபத்திய ஆதிக்க விளையாட்டுக் களமாக ஆப்கன் மாறியதை அடுத்துப் பார்ப்போம்.

2

யுத்தக் களமாய் ஆப்கன்

இந்த ஆண்டு (2002) ஜனவரி மூன்றாம் நாள் பாஸ்டன் க்ளோப் ஆன்லைன் (Boston globe online) இணைய தளத்தில் ஒரு விசித்திரமான செய்தி வந்தது. அந்த இணையத்தின் செய்தியாளர் ஜான் டோன்லி அதைத் தெரிவித்திருந்தார்.

“தற்போது ஆப்கனில் விமானத்தைத் தாக்கும் ஏவுகணைகளை (Stringer Anti Aircraft) அமெரிக்கா வாங்குகிறது. ஒவ்வொன்றின் விலையும் ஒரு லட்சத்து 50 ஆயிரம் அமெரிக்க டாலர்கள்.”

அமெரிக்காவிடம் அவை இல்லையா? அல்லது ஆப்கனில் போராடும் இனக்குழுக்களிடம் அவை எப்படி வந்தன? அதற்கும் அந்தச் செய்தியாளர் விரிவாக விளக்கம் தருகிறார். அதன் சாராம்சம் இதுதான்:

1980களில் அங்கிருந்த முற்போக்கு ஆட்சியை சீர்குலைக்க பயங்கரவாதிகளுக்கு அமெரிக்க சிஐஏ சுமார் நூறு விமானம் தாக்கும் ஏவுகணைகளையும் சுமார் 500 நெருப்பைக் கக்கும் ஏவுகணைகளையும் (heat seeking missiles) வழங்கியது. அவை இன்று பல்வேறு குழுக்களிடம் உள்ளன. அவற்றால் அமெரிக்க விமானங்களுக்கு எப்போதும் ஆபத்து நேரலாம் என்பதால்தான் பலமடங்கு விலைகொடுத்து இந்த ஏவுகணைகளை அவசர அவசரமாக அமெரிக்கா வாங்குகிறது. தோரா போரா மலையில் அல்கொய்தா தீவிரவாதிகளை எதிர்த்துப் போராட அங்குள்ள உள்ளூர் யுத்தப் பிரபுக்கள் (Local warlords) ஒவ்வொருவருக்கும் தலா நூறு அமெரிக்க டாலர் வழங்கப்பட்டது. இப்படி பணம் தண்ணீராக வாரி இறைக்கப்பட்டது. மறுபுறம் ஏற்கெனவே தாங்கள் வாரியிறைத்த நவீன ஏவுகணைகளைத் திரும்பிப் பெற அவற்றை அநியாய விலைக்கு வாங்குகிறது. இவை மூலம் அந்த ஸ்தல யுத்த சண்டியர்களின் கையில் பெருந்தொகையைப் புழங்கச் செய்து வேறுவிதமான சீர்குலைவுக்கு திட்டமிடுகிறது.

இந்தச் செய்திகள் நம்நாட்டுப் பத்திரிகைகளில் இடம் பெறாதது ஆச்சரியமல்ல. இது புதிதுமல்ல. வரலாறு நெடுக ஏகாதிபத்தியம்

ஆப்கனில் பின்னிய சதிவலைகள் கொஞ்சமல்ல. அதை சற்று பின்னோக்கிப் பார்ப்போம்.

பரிபூரண சுதந்திர ஆப்கன்

1917 - 18 களில் மன்னராக இருந்த ஹபிபுல்லாகான் கிட்டத்தட்ட பிரிட்டிஷ் தாசனாகவே மாறிவிட்டார். ஆப்கன் ஏறத்தாழ அரைக்காலனி ஆக்கப்பட்டு விட்டது. லண்டனில் இருந்து கிடைத்த ஆணையை சிரமேற்கொண்டு எதிர்ப்புரட்சியாளர்கள் (அன்றைய சோவியத் நாட்டின்) துர்க்மெனிஸ்தானுக்குள் நுழைய உதவினார். அங்கு நாச வேலைகள் செய்யும் எதிர்ப்புரட்சி கும்பலுக்கு உதவவும் வகை செய்தார்.

1918இல் உஸ்பெக்கிஸ்தானில் உள்ள ஒரு சிறு பிரதேசமான புகாராவில் சில எதிர்ப்புரட்சியாளர்கள் கலக முயற்சியில் ஈடுபட்டபோது ஹபிபுல்லாகான் ஆப்கன்வழி ஆயுதங்கள் தந்து அவர்களுக்கு உதவினார். 1920இல் ஏற்பட்ட மக்கள் புரட்சி அந்த கலகக்காரர்களின் முயற்சியைத் தவிடு பொடியாக்கியது. இதற்கிடையில் நடந்த சில நிகழ்ச்சிப் போக்குகள் ஆப்கனிலும் மாற்றத்தைக் கொண்டுவந்தன.

1918 கோடையில் பிரிட்டிஷ் படை ஈரானை கைப்பற்றிக் கொண்டது. அங்கிருந்து துர்க்மெனிஸ்தான் மீது படையெடுத்தது. ஆப்கனுக்கும் துர்க்மெனிஸ்தானுக்கும் இடையே உள்ள குஷ்கா கோட்டையை கைப்பற்றிக் கொண்ட பிரிட்டிஷார், ஆப்கனை தாக்கித் தங்கள் பூரண கட்டுப்பாட்டில் கொண்டுவரவும், அங்கிருந்து சோவியத்தைத் தாக்கி அழிக்கவும் திட்டமிட்டனர். ஆனால், அந்தக் கனவு தகர்ந்தது. டிரான்ஸ் காகஸியன் (Trans Caucasion) அதாவது காகஸிய மலைக்கு அப்பாலுள்ள போர் முனையில் செஞ்சேனையிடம் பிரிட்டிஷ் படை தோற்றோடியது. ஆப்கனில் ஹபிபுல்லாகான் கொல்லப்பட்டு அவரது மகன் அமானுல்லாகான் பட்டத்திற்கு வந்தார். அவர் ஆப்கன் நாட்டை பரிபூரண சுதந்திர நாடாகப் பிரகடனம் செய்தார். 1919 மார்ச் 27 ஆம் நாள் ஆப்கன் சுதந்திரக் குடியரசை உலகிலேயே முதன் முதலாக அங்கீகரித்த நாடு சோவியத் யூனியனே.

பொறுக்குமா பிரிட்டிஷாருக்கு? யுத்தம் தொடங்கியது. வரலாறு இதனை மூன்றாம் ஆங்கிலோ-ஆப்கன் போர் என பதிவு செய்து கொண்டது. ஆப்கன் பழங்குடி மக்கள் வீரதீரமாக போர்க்களத்தில் நின்றனர்.

1919 மே *14* ஆம் நாள் ஆப்கன் அயல்துறை அமைச்சர் முகமது தார்ஜி சோவியத் அயல்துறை அமைச்சர் ஜி.வி. சிச்சேரியனுக்கு ஒரு கடிதம் எழுதினார்:

"பிரிட்டிஷ் அரசாங்கம் என்றுமே எங்களுடன் நட்பு கொண்டிருக்க வில்லை. இனிமேலும் எப்போதும் நட்பு கொண்டிராது. இந்த நேசக்கடிதத்தை நான் எழுதிக்கொண்டிருக்கும் இத்தருணத்தில் அண்டை நாடுகளுடன் நாங்கள் ஏற்படுத்திக்கொண்ட தொடர்புகளைக் கண்டு சினங்கொண்ட பிரிட்டிஷ் ஆட்சியாளர்கள் எங்கள் நாட்டின் கிழக்கு எல்லையில் விமானங்களை அனுப்பி எங்கள் எல்லைக் காவல் படைமீது குண்டு மாரி பொழியத் துவங்கியுள்ளனர்."

இந்தக் கடிதம் போய்ச் சேர்ந்தது. இதனை மோப்பம் பிடித்த பிரிட்டிஷார் ஆப்கன்-சோவியத் உறவில் விரிசலை உருவாக்க வழிதேடினர்.

1919 மே மாதத்தில் ஒரு நாள்... ஆப்கனில் உள்ள சோவியத் தூதரகம் சில விஷமிகளால் தாக்கப்பட்டது. தூதரக அதிகாரிகள் இருவர் உயிர் இழந்தனர். *18* பேர் காயமடைந்தனர். அப்போது என். பிரா சோவியத் தூதராக இருந்தார். இது பிரிட்டிஷ் உளவாளிகள் செயல் என்பதை சோவியத் உணர்ந்து கொண்டது. முதல் உலக யுத்தத்தின் நெருக்கடிகள் சோவியத்துக்கும் இருந்த நேரம் அது. ராணுவத் தளவாடம், உணவு உட்பட அனைத்துக்கும் சோவியத் யூனியனுக்கும் பற்றாக்குறையாக இருந்த நேரம். ஆயினும் பல லட்சம் தங்க ரூபிள்கள், விமானங்கள், *50* ஆயிரம் துப்பாக்கிகள், தோட்டாக்கள் ஆகியவற்றை ஆப்கனுக்கு சோவியத் வழங்கியது. மேலும் கருமருந்து தொழிற்சாலை, விமான பயிற்சிப்பள்ளி ஆகியவை அமையவும் உதவியது.

இந்த உதவிகளும், ஆப்கனின் வீரதீர போர்க் குணமும் மூன்றாம் ஆங்கிலோ-ஆப்கன் போரிலும் பிரிட்டிஷாரை மண் கவ்வச் செய்தது.

லெனின் கடிதம்

தோற்றாலும் மீசையில் மண் ஒட்டவில்லை என்கிற ரீதியாக மண்ணை துடைத்துவிட்டு பிரிட்டிஷ் தமது சதியைத் தொடர்ந்தது. காபூலில் இருந்து சோவியத்தூதரக அதிகாரியை வெளியேற்ற வேண்டும் என்று நிர்ப்பந்தித்தது. பிரிட்டனில் இருந்து வந்த டோப்ஸ் தூதுக்குழு லஞ்சம் கொடுத்தாவது சோவியத் - ஆப்கன் ஒப்பந்தம் ஏற்படாமல் தடுக்க முயற்சியில் இறங்கியது. பணம் தண்ணீராகப் பாய்ந்தோடியது. ஏராளமான ஆயுதங்கள் தருவதாக

ஆசை வார்த்தைகள் கூறப்பட்டன. இத்தனையையும் மீறி 1921 பிப்ரவரி 28ஆம் நாள் மாஸ்கோவில் ஆப்கன்-சோவியத் யூனியன் இடையே பரஸ்பர நல்லெண்ண ஒப்பந்தம் உட்பட பல்வேறு ஒப்பந்தங்கள் ஏற்பட்டன. இதனை சீர்குலைக்க பிரிட்டிஷ் ஏகாதிபத்தியம் செய்த சதிகள் தோற்றன. ஒப்பந்தம் உறுதியானது. சமத்துவம், ஒருவர் மற்றவர் விவகாரங்களில் தலையிடாமை, நட்புறவு. பரஸ்பரம் மதித்து நடத்தல் உட்பட பல அம்சங்கள் ஒப்பந்தத்தில் இடம்பெற்றன. உலகமே இந்த ஒப்பந்தம் குறித்து மூக்கின்மேல் விரலை வைத்துப் பார்த்தது.

இந்த ஒப்பந்தம் கையெழுத்தானபோது ஆப்கன் அரசுத் தலைவருக்கு லெனின் கடிதம் எழுதினார். அக்கடிதத்தில் அவர் குறிப்பிட்டதாவது:

> *"பழைய ஏகாதிபத்திய ரஷ்யா என்றென்றைக்குமாக மறைந்து விட்டது; எல்லா கிழக்கு உலக மக்களுக்கும் யாவருக்கும் மேலாக ஆப்கன் மக்களுக்கும் நட்புறவு மற்றும் சகோதரத்துவ கரத்தை நீட்டியுள்ள புதிய சோவியத் ரஷ்யா; ஆப்கன் அரசின் வடக்கு அண்டை நாடாக உள்ளது... ஆப்கன் மக்கள் செய்து கொண்ட முதலாவது நட்புறவு ஒப்பந்தம் ரஷ்யாவுடன் செய்துகொண்ட ஒப்பந்தமாகும் என்பதை அறிய நாங்கள் மகிழ்ச்சி அடைகிறோம்."*

இப்படிக் கடிதம் எழுதியதுடன் நில்லாமல் இந்த ஒப்பந்தத்துக்கு தமது பரிசாக மன்னர் அமானுல்லாகானுக்கு லெனின் ஒரு வானொலி நிலையத்தை அன்பளிப்பாக வழங்கினார். அந்தக் காலத்தில் அந்த வானொலி நிலையம் ஒரு மணி நேரம்தான் ஒலிபரப்பியது. எனினும் லெனின் குறிப்பிட்டதுபோல அது ஆரம்பமாக அறிவு விளக்கம் பெறும் முயற்சியின் தொடக்கமாகத்தான் அமைந்தது. 1928-29 இல் அமானுல்லாகான் ஆட்சி கவிழ்க்கப்பட்டதைத் தொடர்ந்து அந்த வானொலி நிலையத்தை இடித்து நொறுக்கியது நாதிர் ஷா வம்சாவளி ஆட்சியும் ஏகாதிபத்திய கைக்கூலி கூட்டமும்.

பிரிட்டிஷ் அரசு சும்மா இருக்கவில்லை. ஆப்கனுக்கு நெருக்கடிகளைத் தொடர்ந்தது. கிழக்கு எல்லையில் அரண்களை அமைத்தது. கொத்தளங்களை உருவாக்கியது. 100 ராணுவ விமானங்கள் இறங்கிப்போக வசதி செய்யப்பட்டது. ராணுவம் குவிக்கப்பட்டது. பதட்டம் அதிகரித்தது. மிரட்டல்கள் ஓங்கியது. 1923 மே மாதம் கர்சானின் இறுதி எச்சரிக்கை சோவியத்

யூனியனுக்கு அனுப்பப்பட்டது. ஆப்கனில் இருந்து சோவியத் தூதரக அதிகாரிகளை திரும்பப் பெற மிரட்டப்பட்டது. இந்த மிரட்டலை சோவியத் யூனியன் நிராகரித்தது. 1923 டிசம்பரில் சோவியத் உறவை முறிக்காவிடில் போர் தொடுக்கப்படும் என ஆப்கனை பிரிட்டிஷ் மிரட்டியது.

இவ்வளவு கோபம் ஏன்?

முதலில் ஆப்கன் கடைப்பிடித்த சுதந்திர வெளிநாட்டுக் கொள்கை ஏகாதிபத்திய நாடுகளுக்கு வேம்பாகக் கசந்தது. மேலும் அமானுல்லாகான் ஆட்சியில் பெண்களுக்கு முதன்முறையாக சில குறைந்தபட்ச சுதந்திரங்கள் வழங்கப்பட்டன. முற்போக்கான நடவடிக்கைகள் மேற்கொள்ளப்பட்டன. புதிய சோஷலிச பூமியின் தாக்கம் இவற்றில் தெளிவாகப் பளிச்சிட்டது. இவைதாம் ஏகாதிபத்தியவாதிகள் வயிற்றில் புளியைக் கரைத்தன.

1924ஆம் ஆண்டு ஆப்கானிஸ்தான் மன்னர் அமானுல்லாகான் ஐரோப்பா முழுவதும் சுற்றி வந்தார். தன் மனைவியோடு ரோல்ஸ் ராய்ஸ் காரில் ஆப்கனில் வந்திறங்கி பவனி வந்தார். மேற்கு நாடுகளைப்போல் ஆப்கனையும் நவநாகரிக பூமியாக்கப் போவதாக அவர் கூறினார். ஆப்கன் பழங்குடி மக்களின் பழக்கமான பலதார மணத்துக்கு தடை விதித்தார். இது உடனடியாக கலவரத்துக்குக் காரணமாயிற்று.

ஆப்கன் மக்களில் பெரும்பான்மையோர் இஸ்லாமைத் தழுவியிருந்தாலும் அவர்களில் 84% சுன்னி பிரிவையும் 15%ஷியா பிரிவையும் சேர்ந்தவர்கள். 1% இதரர்கள்... இப்போது இப்படியிருப்பினும் பல்வேறு பூர்வமதங்களும், புத்தமதமும் கூட அங்கு பரவியிருந்தன. மதம் ஒன்றான பின்னும் பழங்குடி குலமரபு பழக்க வழக்கம் பண்பாட்டு ஆதிக்கம் இவை தொடர்ந்ததால் அவற்றைக் கொம்பு சீவுவதில் ஏகாதிபத்தியவாதிகள் வெற்றி பெற்றே வந்துள்ளனர். 1924ஆம் ஆண்டு குலமரபு குழுக்கள் மூலம் கலகத்தை ஏகாதிபத்தியம் உசுப்பிவிட்டது. ஆப்கன் அரசின் முற்போக்கு சட்டங்களுக்கு எதிராக - குறிப்பாக பெண்களுக்கு சுதந்திரம் வழங்குவதற்கு எதிராக - சோவியத் உறவுக்கு எதிராக - இக்கலவரம் எழுந்தது; பரவியது. இதை நசுக்க ஆப்கன் மன்னர் அமானுல்லாகான் சோவியத் உதவியை நாட, சோவியத் விமானங்கள் ஆயுதங்களுடன் வந்தன. கலவரமும் அப்போது அடங்கியது. ஆனால், நீறுபூத்த நெருப்பாய் அது கனன்று கொண்டே இருந்தது.

1928 இல் மீண்டும் கிழக்குப் பகுதியில் குலமரபு குழுக்களிடையே கலகம் எழுந்தது. பிரிட்டிஷ் ஒற்றன் டி.இ.லாரன்ஸ் என்பவன் 'ஷா' என்கிற புனைபெயரில் இதற்கு உருவங் கொடுத்தான். அதேபோல் வடக்குப் பகுதியிலும் கலவரம் வெடித்தது.

பிரிட்டிஷார்தான் கலகத்தைத் தூண்டி விடுகிறார்கள், தலைமையேற்கிறார்கள். இதை நிரூபிக்க தம்மிடம் சான்றுகள் உள்ளதாக அமானுல்லாகான் தெரிவித்தார்.

பச்சா-இ-சாக்கோ

பச்சா-இ-சாக்கோ (BACHA-I-SAQAO) தலைமையில் வடக்கே எழுந்த கலகம் உக்கிரமடைந்தது. அவன் பிரிட்டிஷ் பிரதிநிதி ஹம்ப்ரேசை சந்தித்து உதவி பெற்றான். திட்டம் வகுத்தான். 1929 பிப்ரவரி 28 'டெய்லி மெயில்' என்ற பிரிட்டிஷ் பத்திரிகை இந்தச் செய்திகளை விரிவாக வெளியிட்டது.

ஆப்கன் எல்லைக்கருகே அன்றைய பிரிட்டிஷ் இந்திய எல்லையில் பிரிட்டன் ராணுவத்தை குவித்தது. 'மில்லியத்' என்ற துருக்கிப் பத்திரிகை பிரிட்டிஷ் சாகசங்களை அம்பலப்படுத்தியது.

1929 ஜனவரியில் பச்சா- இ - சாக்கோ காபூலைக் கைப்பற்றினார். தன்னை புதிய ஆப்கன் மன்னர் என்று பிரகடனப்படுத்திக் கொண்டார். பிரிட்டிஷ் தொண்டரடிப் பொடியாக செயல்பட்ட இவர் சோவியத் நாட்டிற்குள் 2000 பஸ்மாச்சி கலகக்காரர்கள் நுழைய உதவினார். உள்நாட்டிலும் அவர் கொடும் சர்வாதிகாரியாக செயல்படத் துவங்கினார். இந்த சந்தர்ப்பத்தில் அமானுல்லா கானின் மைத்துனர் முகமது நாதிர் கான் என்பவர் பச்சா- இ-சாக்கோவை விரட்டியடித்து ஆப்கானிஸ்தான் மன்னராக முடிசூட்டிக் கொண்டார். மன்னர் நாதிர்ஷா என்கிற பெயரில் 1933 வரை இவரே ஆப்கனை ஆண்டார். இவர் ஆப்கன் - சோவியத் உறவுகளை சீரமைத்தார். அமானுல்லாகான் துவக்கிய முற்போக்கு முயற்சிகளைத் தொடர்ந்தார். ஆனாலும் அவர் கொலை செய்யப்பட்டார். பின்பு அவரது மகன் முகமது ஜாகிர்ஷா ஆட்சிக்கு வந்தார்.

ஹிட்லர் முயற்சி

இந்தச் சூழலில் முப்பதுகளில் இரண்டாம் உலகப் போருக்கான பாசிஸ்ட் - நாஜிஸ்ட் கூட்டணி உருவாகத் துவங்கியது. ஜெர்மனியின் நாஜி ஹிட்லர், இத்தாலியின் பாசிஸ்ட் முசோலினி, ஜப்பானின் டோஜோ என்ற இந்த முக்கூட்டினர் தங்கள் ஆசைவலையை

பரவலாக விரித்தனர். சோவியத்துக்கு எதிராகப் போரிட ஆப்கன் தங்களுக்குத் தேவை என உணர்ந்தனர். இந்தியா உட்பட தென்கிழக்கு ஆசியாவை கைப்பற்ற உதவும் யுத்த பீடம் ஆப்கன் என்று இந்த பாசிஸ்ட் கூட்டணி கணித்தது. "பொருளாதார உதவி', "நிபுணர்கள் ", "ஆலோசகர்கள்" என்ற பெயரில் ஆப்கன் முழுவதும் பாசிஸ்ட்டுகள் ஊடுருவினர். ஷென்க, பிஷர், வெங்கர், நெர்லீன் ஆகிய ஒற்றர்களும் வியாபாரிகளாக வேடம் தரித்த ஹில்ஹம்பர், ஸ்பாட், லாபிபெர்க் போன்றோரும் தீவிர சீர்குலைவு வேலைகளில் இறங்கினர்.

தங்கள் கூட்டணியில் சேர்ந்தால் மத்திய ஆசியா முழுவதையும் ஆப்கானிஸ்தானோடு சேர்த்து விடுவோம் என ஆசையூட்டினர். ரோமில் இருந்தும் பெர்லினில் இருந்தும் புஸ்து மற்றும் தாலி மொழிகளில் சோவியத் எதிர்ப்பு பிரச்சாரம் ஆப்கன் முழுக்க நிறைந்தது.

1939 இல் நிறுவப்பட்ட பத்தார் ஏஜென்சி ஆப்கன் மக்களுக்கு எதிராக - சோவியத்துக்கு எதிராக - ஏகாதிபத்திய ஊதுகுழலாக செயல்பட்டது.

சோவியத் யூனியன் மீது தாக்குதல் தொடுப்பதற்கு ஆப்கானிஸ்தானை நன்கு பயன்படுத்திக் கொள்ளலாம் என்று தாம் கருதுவதால் ஆப்கன் உட்பட ஆசியாவில் ராணுவ நடவடிக்கைகளைத் திட்டமிட தேவையான தகவல்களைத் திரட்டுமாறு ஹிட்லர் தம் படைத் தளபதி ஹால்டாருக்கு உத்தரவிட்டார். ஹால்டாரின் நாட்குறிப்பில் இந்தச் செய்தி உள்ளது.

உலக யுத்தம் முதற்கட்டத்தில் இருந்த நிலை மாறியது. சோவியத் மீது ஜெர்மன் தாக்குதல் தொடுத்தது. இதனால் ஜெர்மன் - இத்தாலி - ஜப்பான் ஆகிய அச்சு நாடுகளுக்கு எதிராக சோவியத் யூனியன் - அமெரிக்கா - பிரிட்டன் என நேசக் கூட்டணி திரண்டது. இதனால் ஆப்கனிலும் பிரிட்டிஷார் தாங்கள் விரும்பிய சோவியத் எதிர்ப்பு வேலைகளைத் தற்காலிகமாகத் தொடர முடியாமல் தடைப்பட்டது.

ஆப்கனில் இருந்து சோவியத்துக்கு எதிராக சீர்குலைவு வேலைகளைச் செய்வோரைக் கட்டுப்படுத்தி வைக்குமாறு 1941 அக்டோபர் 11 அன்று ஸ்டாலின் ஆப்கன் மன்னர் ஜாகிர்ஷாவுக்கு கடிதம் எழுதினார்.

ஜாகிர் ஷா புத்திசாலித்தனமான ஒரு காரியம் செய்தார். 1941 நவம்பர் மாதம் இரண்டாம் உலகப்போரில் தமது நாடு நடுநிலை என்று அறிவித்தார்.

இது ஆப்கனுக்கும் சோவியத்துக்கும் பயன் தந்தது. முதலாவதாக ஆப்கனில் இருந்து சோவியத் மீது தாக்கும் ஹிட்லரின் முயற்சி தோற்றது. இரண்டாவதாக நாஜிப் படைகள் தோற்றதால் பாசிச யுத்த அபாயத்திலிருந்தும் - தப்பியது.

இரண்டாம் உலகப் போருக்குப் பின் பிரிட்டிஷ் சாம்ராஜ்யம் கலகலத்தது. 1947 இல் இந்தியா சுதந்திரம் அடைந்தது. இந்தியாவுக்கு சுதந்திரம் வழங்கும்போது பிரிட்டிஷ் ஏகாதிபத்தியம் சாகசமாக ஓர் அறிவிப்பை வெளியிட்டது.

பத்தான் பழங்குடிகள் அதிகமாக வாழும் வடமேற்கு எல்லைப்புற மாநிலம் 1893ஆம் ஆண்டு தூரண்ட் ஒப்பந்தம் மூலம் ஆப்கனில் இருந்து பிரிக்கப்பட்டு பிரிட்டிஷ் இந்தியாவோடு இணைக்கப்பட்டிருந்தது அல்லவா? அந்த மாநிலம் இந்தியாவில் இணைவதா? பாகிஸ்தானில் இணைவதா? ஆப்கானிஸ்தானுடன் சேர்வதா என்பதை தாங்களே சுதந்திரமாக முடிவெடுத்துக் கொள்ள அனுமதிக்குமாறு ஆப்கானிஸ்தான் கோரியிருந்தது. ஆனால் பாகிஸ்தான் அல்லது இந்தியா என இரண்டிலொன்றைத் தேர்வு செய்யுமாறே பிரிட்டிஷார் அறிவிப்பை வெளியிட்டனர். ஆப்கனுக்கு இது கசப்பை உருவாக்கியது. பத்தான் பழங்குடிகள் அதிகமாக வாழும் வடமேற்கு எல்லை மாநிலம் இவ்வாறு பாகிஸ்தானோடு இணைவது வேறுவழியின்றி நடந்தது. ஆயினும் ஆப்கன் தொடர்ந்து தங்கள் உரிமையை வலியுறுத்தி வந்தது.

இரண்டாம் உலகப் போருக்குப் பின் பிரிட்டிஷாரின் தலைமைப் பாத்திரம் பறிபோயிற்று. அமெரிக்க ஏகாதிபத்தியம் தன்னுடைய ஆதிக்கத்தை நிலைநிறுத்த - விரிவாக்க - தனக்கான சதிவலைகளை பின்னத் துவங்கியது. ஆப்கானிஸ்தான் அதன் கண்ணில் பட்டது. சோவியத் யூனியன் மீதான தங்கள் தீராப் பகையை பழிதீர்க்க ஆப்கன் தளமாக உதவும் என்று அமெரிக்கா கண்டுகொண்டது.

அமெரிக்க அக்கறை

“எதிர்காலத்தில் ரஷ்யாவின் மீது தாக்குதல் தொடுக்க ஆப்கானிஸ்தான் பாலமாகப் பயன்படும் என்பதே அமெரிக்காவின் அக்கறை”- என ‘கரண்ட் ஹிஸ்டரி’ என்ற ஏடு எழுதியது.

“இரும்புத்திரை நாடு என்று அழைக்கப்படும் சோவியத் யூனியனைச் சுற்றி உள்ள நாடுகள் எவ்வளவு முக்கியமோ, அவ்வளவு முக்கியத்துவத்தை ஆப்கானிஸ்தானும் பெறக்கூடும்” என்று 1949 ஏப்ரலில் காண்டெம்ப்ரரி ரிவியூ என்ற பிரிட்டிஷ் சஞ்சிகை குறிப்பிட்டது.

“ஆப்கானிஸ்தானைக் காட்டிலும் உலகில் அமெரிக்க ராணுவ மற்றும் அரசியல் நிபுணர்கள் கவனத்தை ஈர்த்த நாடு மிகச்சிலவே ஆகும்” ‘நியூயார்க் ஹெரால்ட் ட்ரிப்யூன்’ என்ற ஏடு எழுதியது.

அமெரிக்க கழுகின் மூக்கு வியர்த்தது. அமெரிக்க சிஐஏவும் பெண்டகனும் சாதுரியமாகக் காய்களை நகர்த்தின. நீண்டகால தொலைநோக்கோடு அமெரிக்கா தம் பாதையை வகுத்தது. ஆப்கன் மீது பாசமழை பொழிந்தது. நிர்ப்பந்தமும் செய்தது. இரண்டாவது உலக யுத்தம் முடியும் தருவாயில் ஜப்பானில் ஹிரோஷிமா - நாகசாகி ஆகிய நகரங்களில் அணுகுண்டுகளை வீசி தமது ராணுவ வல்லமையைப் பறைசாற்றியிருந்த அமெரிக்காவுடன் உலக நாடுகள் எச்சரிக்கையோடு பழகநேரிட்ட சூழல் அது. வேறுவழியின்றி “மாரிசன் நுட்சன்” என்ற அமெரிக்க நிறுவனத்துடன் ஆப்கன் பல நிர்மாணத் திட்டங்களுக்கு ஒப்பந்தம் செய்தது. பாசன வசதி, சாலைகள் போன்ற நிர்மாணத் திட்டங்களை அமல் செய்வதில் இந்த நிறுவனம் எல்லையற்ற தாமதத்தையும் பொருள் விரயத்தையும் செய்து ஆப்கனுக்கு பொருளாதார நெருக்கடி கொடுத்தது.

சாலை அமைக்க வந்தவர்கள் அதைச் செய்வதைவிட அவர்கள் தங்குவதற்கான அரண்மனை போன்ற வீடுகள் கட்டுவதில் காலங்கடத்தினர். ஆப்கனில் விவசாய உற்பத்தி வீழ்ந்தது. இவையெல்லாம் பொருளாதார ரீதியாக அமெரிக்காவைச் சார்ந்து இருக்கும்படி ஆப்கானிஸ்தானை நிர்ப்பந்திக்கவே என்பது வெள்ளிடைமலை.

அமெரிக்கா மேலும் மேலும் ஆப்கன் மீது தன் பிடியை இறுக்க முயற்சித்தது. உள்நாட்டுப் பொருளாதார நிலைமைகளில் ஏற்பட்ட சரிவுகளை தனக்கு சாதகமாக்கி ‘உதவி’ என்கிற போர்வையில் தன் உளவு ‘வேலைகளையும் ‘ஆள் பிடிக்கும்’ வேலைகளையும் அமெரிக்கா மிகத் திறமையாக அரங்கேற்றியது.

1951-52ஆம் ஆண்டுகளில் ஆப்கானிஸ்தானத்திற்கு உதவ சம்மரோவர் என்ற விவசாய நிபுணர் அனுப்பப்பட்டார். அவர் அங்கு விவசாயத்துக்கு உதவியதைவிட சோவியத் எல்லைகளில் உள்ள சாலைகள், பாலங்கள், மலைக்கணவாய்களை ஆய்வதிலேயே அதிக நாட்டம் செலுத்தினார். அன்று பல நாட்டு செய்தி ஏடுகளில் இவரது பெயர் பிரபலமாக இது குறித்து பேசப்பட்டது.

இதைத் தொடர்ந்து நேட்டோ ராணுவக் கூட்டாளிகளின் தீயநோக்கம் கொண்ட உளவுப்பணியை சோவியத் யூனியன் கண்டித்தது. நேட்டோ கூட்டாளிகள் அதனை மறுத்து சமாதானமும் நொண்டிச் சாக்குகளும் கூறி மழுப்பினர்.

முதல் பொருளாதாரத் தடை

பாகிஸ்தானுக்கும், ஆப்கானிஸ்தானுக்கும் வடமேற்கு எல்லைப்புற மாகாணம் சம்பந்தமாக கருத்து வேறுபாடு இருப்பதை ஏற்கெனவே பார்த்தோம். இதையும் ஏகாதிபத்தியம் கிளறிவிட்டது. பாகிஸ்தான் வழியாக ஆப்கன் பொருட்கள் செல்வதற்கு பாகிஸ்தான் தடை விதிக்கும் அளவுக்கு நிலைமை முறுகியது. கிட்டத்தட்ட சுற்றிலும் ஒரு பொருளாதார முற்றுகைக்கு ஆட்படுத்தி ஆப்கனை தங்கள் நோக்கிற்கு பணியவைக்கும் முயற்சியாகவே அமெரிக்காவும் பிற ஏகாதிபத்திய நாடுகளும் களம் இறங்கின. 1955 பத்தானிய பழங்குடியினர் அதிகம் வாழும் பகுதிகளை ஒருங்கிணைத்து "சுதந்திர பத்தானிஸ்தான்" அமைக்கும் முயற்சி நடந்தது. ஆப்கனில் 38% இவர்களே என்பதும், பாகிஸ்தானில் உள்ள பத்தானியர்களும் சேரும் போது இது ஒரு கணிசமான வலுகொண்ட பகுதியாகும் என்பதும் திட்டம். மேலும் தொடர்ந்து கடினமாக போராடும் குணங் கொண்டவர்கள் இவர்கள். எனவே சோவியத்துக்கு எதிரான சூழ்ச்சி வலையில் பத்தானியர்கள் பங்கு. முக்கியம் என்பதை உணர்ந்து அதற்கேற்ப காய்களை நகர்த்தியது ஏகாதிபத்தியம். ஆயினும் முயற்சிகள் வெற்றி பெறவில்லை. 1960-களில் இம்முயற்சி நடந்தது.

சோவியத் யூனியனோடு 1955இல் ஆப்கன் செய்துகொண்ட ஒப்பந்தத்தால் எந்த வரியும் செலுத்தாமல் ஆப்கன் பொருட்கள் வெளிநாடுகளுக்குச் செல்ல வாய்ப்புக் கிட்டியது. ஆப்கன் தொடர்ந்து நடுநிலை நாடாகவே இருக்க விழைந்தது.

'சுதந்திர பத்தானிஸ்தான்' கோரிக்கை

1953 டிசம்பரில் ஆப்கன் நாளேடு எழுதிய தலையங்கம் குறிப்பிடத்தக்கது:

"அமெரிக்க உதவியுடன் தன்னுடைய இராணுவத்தை பாகிஸ்தான் பயன்படுத்திக் கொண்டால், ராணுவத் தளவாடங்களுக்குப் பதில் தன்னுடைய பிரதேசத்தில் ராணுவத் தளங்கள் அமைத்துக்கொள்ள அது அனுமதி தந்தால், அது மத்திய கிழக்கில் சமாதானத்துக்கும் பாதுகாப்புக்கும் அச்சுறுத்தலாக விளங்கும்."

அமெரிக்கா தொடர்ந்து பாகிஸ்தானை ஆயுதபாணி ஆக்கிக் கொண்டிருந்த பின்னணியில் ஆப்கன் ராணுவத்தைப் பலப்படுத்த சோவியத் தொடர்ந்து உதவி வந்துள்ளது.

மேலும் மேலும் அமெரிக்க முயற்சிகள் தோற்று ஆப்கானியர்கள்

சோவியத் பக்கமே செல்வது கண்டு நொந்துபோன அமெரிக்கா, இனிப்பு தடவி ஆசை வலையை விரித்தது. இது குறித்து 1960 பிப்ரவரியில் ஆப்கன் வெளியுறவு அமைச்சர் கூறியதாவது:

“அமெரிக்க உதவி அரசியல் நிபந்தனைகளுடன் கூடியது. உதாரணமாக நாங்கள் ராணுவக் கூட்டணியில் சேரவேண்டும் என்று அவர்கள் விரும்புகின்றனர். ஆனால் இந்த நிபந்தனைகள் எங்களுக்கு ஒத்துவராது. ஆப்கன் அரசு நடுநிலைமை மற்றும் கூட்டுச் சேராக் கொள்கையைக் கடைப்பிடித்து வருகிறது.”

1960இல் சுதந்திர பத்தானிஸ்தான் முயற்சி மீண்டும் கருக்கொண்டாலும் நசுக்கப்பட்டது. 1972 இல் இது மீண்டும் எழுந்தது. ஏனெனில் பாகிஸ்தான் அப்போது கிழக்கு பாகிஸ்தானை இழந்துவிட்டது. பங்களாதேஷ் என்ற சுதந்திர நாடாக கிழக்கு பாகிஸ்தான் உதயமாகி விட்டது. இந்தியாவுடனான யுத்தத்திலும் பாகிஸ்தானுக்கு பெருத்த அடி விழுந்தது.

அறுபதுகளிலும் எழுபதுகளிலும் நடுநிலை வகிக்க ஆப்கன் முயற்சித்த போதிலும் - சோவியத் யூனியனைக் காட்டி அமெரிக்காவிடமும் அமெரிக்காவைக் காட்டி சோவியத் யூனியனிடமும் மாறி மாறி உதவிகள் பெற்றாலும் - நெருக்கடி தீரவில்லை; முற்றியது. ஆப்கனின் மத்தியப் பகுதியிலும் வடக்குப் பகுதியிலும் ஏற்பட்ட தொடர்ச்சியான, கடுமையான பஞ்சத்தாலும் ஆப்கன் மக்கள் வாழ்வு பெரும் சோதனைக்கு உள்ளானது.

ஆப்கன் பழங்குடி மதத்தலைவர்களிடையே காணப்படும் பத்தாம் பசலி போக்குகள் ஆப்கனை நவீனமயமாக்கத் தடையாக இருந்தன. ஏகாதிபத்திய நாடுகளும் அதனை விரும்பவில்லை. பழமையான விவசாயம், கடும் வறட்சி, பஞ்சம் இவையே ஆப்கன் மக்கள் வாழ்க்கை என்றானது. கஞ்சா பயிரிடுவதும் அதைக் கடத்துவதும் ஸ்தல யுத்த சண்டியர்களின் நிரந்தரப் பிழைப்பானது. இதுவே ஆப்கனின் வளர்ச்சிக்கு குந்தகமும் ஆனது.

தொடர் பஞ்சம் மக்களை வாட்ட, மன்னர் ஜாகிர்ஷா மாற்றுப் பொருளாதார வழி தேடினார். சூழ்நிலை கடினமானது. 1973 ஜூலையில் மன்னர் ஜாகிர்ஷாவை அவரது மைத்துனரும் ராணுவ லெப்டினன்ட் ஜெனரலுமான முகமது தாவுத்கான் என்ற முகமது ஜாகிர் ஷா தூக்கி எறிந்தார். அவர் தன்னைப் பிரதமராகவும் ஜனாதிபதியாகவும் பிரகடனப்படுத்திக் கொண்டார். இவர் அமெரிக்கா மற்றும் ஏகாதிபத்திய கைப்பாவையாகவும், பழமைவாதியாகவும் கொடூரமான ஆதிக்க வெறியராகவும் திகழ்ந்தார். 1978 ஏப்ரலில் மக்கள் புரட்சி வெடிக்கும் வரை இவரது ஆதிக்கம் நீடித்தது.

3

தன் கையால் தன் கண்ணைக் குத்த...

"ஆப்கானிஸ்தானில் என்றும் ஜனநாயக ஆட்சி இருந்ததில்லை; அதன் வரலாற்றில் என்றுமே தேர்தல்கள் நடைபெற்றதில்லை. 1978 ஏப்ரல் புரட்சிக்கு முன்னர் அந்நாட்டில் நிலப்பிரபுத்துவ மன்னராட்சி இருந்து வந்தது. மக்கள் தற்குறிகளாய் இருந்தனர்; சொல்லொணா வறுமையில் கிடந்து உழன்றனர். பல ஆண்டுகாலம் நம்முடைய செல்வாக்கின் கீழும் கட்டுப்பாட்டின் கீழும் இருந்து வந்த நாட்டில் நாம் விட்டு வந்த மரபுரிமை பற்றி, மேலை உலகம், குறிப்பாக பிரிட்டன் பெருமை கொள்ள முடியாது" என்று பிரிட்டன் நாடாளுமன்ற உறுப்பினர் ஆலன் ராபர்ட்ஸ் எம்.பி. 'டிரிப்யூன்' என்ற பிரிட்டன் ஏட்டில் 1981 ஜனவரி 16 ஆம் நாள் எழுதிய கட்டுரை ஒன்றில் குறிப்பிட்டார்.

இந்த ஏப்ரல் புரட்சியும் சரி, அதற்கு எதிரான கலகமும் சரி, திடீர் நிகழ்வல்ல. வரலாற்றை மேலோட்டமாகவோ, மேலை நாட்டு தகவல் தொடர்பு சாதனங்கள் உமிழும் பொய்ப் பிரச்சார செய்திகள் மூலமாகவோ ஆப்கன் உண்மை நிலவரங்களை ஒருபோதும் அறியமுடியாது.

ஆப்கன் மண் பன்னூறு ஆண்டுகாலம் நிலப்பிரபுத்துவ சுரண்டலுக்கும் பழங்குடியினர் மோதல்களுக்கும் யுத்தச்சண்டியர்கள் ஆதிக்கத்துக்கும் உள்ளாகி வாழ்வை இழந்த பூமி. அமானுல்லாகான் 1921 இல் ஆப்கனின் முகத்தை நாகரிகமாக்க முயற்சித்தார். ஆயினும் அவரால் அப்பணியை தொடரமுடியாமல் 1928 இல் அவர் ஆட்சி தூக்கி எறியப்பட்டு விட்டதை அறிவோம். அந்த மண்ணுக்கு கை கொடுத்து தூக்கிவிட நேசக்கரம் நீட்டும் நாடாக சோவியத் யூனியன் தொடர்ந்து இருந்து வந்தபோதிலும் ஏகாதிபத்தியம் அதனைச் சீர்குலைக்கவும், தங்கள் நண்டுப்பிடியை இறுக்கவும் வரலாறு நெடுக சதிவலைகளைப் பின்னி வந்துள்ளது. விளைவுகள் கொடூரமானவை. 1973 இல் ஆட்சிக்கு வந்த ஜாகிர்ஷா கொடுங்கோலனாகவே ஆட்சி செய்து வந்தான்.

பத்தாம் பசலித்தனமான விவசாய முறை, பசி, பஞ்சம், பட்டினி, கல்வியின்மை, நவீன மருத்துவ வசதியின்மை, சிறுபான்மை இன மக்கள் மீது அடக்குமுறை, குலமரபு மக்களிடையே பூசல், புரையோடி நாறிய ஊழல், திறமையற்ற அதிகாரவர்க்கம் இவற்றால் மக்கள் அதிருப்தியுற்று வேதனைத் தீயில் புழுவாய் துடித்துக்கொண்டிருந்தனர். விமோசனக் காற்று எங்கிருந்து வந்தாலும் யார் கொண்டு வந்தாலும் வரவேற்க துடித்துக்கொண்டிருந்தனர்.

ஏப்ரல் புரட்சி : திடீர் நிகழ்வல்ல

இந்தப் பின்னணியில்தான் 1978 ஆம் ஆண்டு ஜாகிர்ஷா ஆட்சியைத் தூக்கி எறிந்து நூர்முகமது தராகி ஆட்சிப் பொறுப்பேற்றார். மன்னர் ஜாகிர் ஷா வெளிநாட்டில் தஞ்சமடைந்தார். இந்த ஆட்சி மாற்றம் சோவியத் யூனியனால் தூண்டிவிடப்பட்டது என்று மேலைத் தகவல் தொடர்புச் சாதனங்களும், ஏன், இந்திய அறிவு ஜீவிகள் பலரும் கூட இந்த நிமிடம் வரை கூறிவருகின்றனர். உண்மை அதுவல்ல.

பார்ச்சம், கல்க் என இரண்டு கட்சிகள் மார்க்சிய தத்துவ அடிப்படையில் ஆப்கனில் நெடுநாட்களாய் செயல்பட்டு வந்தன. அவை மக்களை தங்கள் வழியில் தங்கள் தலைமையில் திரட்டி வந்தன. இரண்டு கட்சிகளுக்கும் தத்துவ வேறுபாடுகள், கோட்பாட்டுச் சண்டைகள் உண்டு.

ஆயினும், ஆப்கன் மக்கள் நலனை முன்னிட்டு புரட்சியைத் தலைமை தாங்கி முன்னெடுத்துச் செல்ல 1977ஆம் ஆண்டுதான் இரு கட்சிகளும் ஒன்று சேர்ந்து போராட முன்வந்தன. அதே சமயம் இரு கட்சிகளையும் இணைத்து ஒரே கட்சியாக - ஒரே தலைமையாக - ஒரே குரலில் பேசி மக்களை எழுச்சியூட்ட அவை விரும்பினாலும் அதற்குக் கால அவகாசம் தேவைப்பட்டது. ஆயினும் காலம் யாருக்காகவும் காத்திருப்பதில்லையே! வரலாறு தன் போக்கை தீர்மானிக்கும் போது யாரும் குறுக்கே நிற்க முடியுமா என்ன?

> *மக்கள் அதிருப்தி மேலோங்கியது. "விவசாயிகளிடம் நிலத்தைக் கொடு! வேலையற்றோருக்கு வேலை கொடு. பின் தங்கிய நிலைமை, வறுமை, எழுத்தறிவின்மை ஒழிக நிலப்பிரபுத்துவ தீமைகள் ஒழிக! சகல மக்களுக்கும் அறிவை வழங்கு தேசிய மரபுகளை ஆழமாக மதித்து நட!"*

என்கிற முழக்கங்களுடன் மக்கள் வீறுடன் வீதிகளில் திரண்டு விட்டனர். விவசாயிகள் சங்கம், தொழிற்சங்கம் போன்றவை போராட்டக் களத்தில் எழுந்து நின்றன.

ஜாகிர்ஷாவின் ஆட்சி அடக்கு முறையைக் கட்டவிழ்த்துவிட்டது. ஒரு தொழிற்சங்கத் தலைவர் கொல்லப்பட்டார். இச்சம்பவம் பேரெழுச்சியாக - கொந்தளிப்பாக மாறியது. ஜாகிர்ஷா தூக்கி எறியப்பட்டார். தராகி பொறுப்பேற்றார். இந்த நூர்முகமது தராகி பார்ச்சம் கட்சியைச் சேர்ந்தவர். பிரதமராக பொறுப்பேற்ற ஹபிபுல்லா அமீன் கல்க் கட்சியைச் சேர்ந்தவர். இந்த இரண்டு கட்சிகளும் இணைந்து ஒரு புதிய கட்சியை உருவாக்கின. அதுதான் ஆப்கானிஸ்தான் மக்கள் ஜனநாயகக் கட்சி ஆகும் (பிடி பி ஏ). பாப்ரக் கார்மல் என்பவர்தான் இந்த மக்கள் கட்சியை செதுக்கிய சிற்பி என்பதை ஆப்கன் மக்கள் நன்கறிவர்.

புரட்சியின் கோஷங்களும் அதனைத் தலைமை தாங்கும் சக்தியும் முற்போக்கானவை - இயல்பாகவே சோவியத்தோடு நல்லுறவு பேணுபவை என்பதால் ஏகாதிபத்தியங்கள் கிலி கொண்டன. உள்ளூர் மதப்பழமைவாதிகளும், பழங்குடி யுத்த சண்டியர்களும், நிலப்பிரபுக்களும் இப்புரட்சி கண்டு முகம் சுளித்தனர்; மனம் புழுங்கினர்; தூக்கி எறிய வழி தேடினர்.

பாகிஸ்தானிலிருந்து கலகக்குழுக்கள்

இப்படி ஒரு நெருக்கடி வரும் என்பதை நீண்ட நாட்களுக்கு முன்பே இந்தப் பிற்போக்காளர்களும் எதிர்பார்த்து செயல்பட்டு வந்தனர். ஏழாண்டுகளுக்கு முன்னரே மன்னர் முகமது ஜாகிர்ஷா ஆட்சியின் போதே “புத்திளமையாளர்கள்” என்றழைக்கப்பட்ட முஜாஹிதின்கள் குழு பாகிஸ்தானுக்கு ஓடிப்போய் அங்கிருந்து செயல்படத் துவங்கி இருந்தது.

தராகி தலைமையிலான அரசு முதலில் நிலப்பிரச்சினையில் தம் பணியைத் துவக்கியது. தொன்மையான பழக்க வழக்கங்களைக் கொண்ட ஆப்கனில் சிறுகச் சிறுக மாற்றங்கள் வரத்துவங்கின. முழு வீச்சில் சீர்திருத்தங்கள் அமலாக்கத் துவங்கவில்லை. அதற்கான தயாரிப்புகள் தொடங்கின. ஏகாதிபத்திய சூழ்ச்சிகளும் துவங்கின. பாகிஸ்தான், ஈரான், மற்றும் அமெரிக்காவுக்கு இடையே ஆப்கன் குறித்து பல சுற்று பேச்சுவார்த்தைகளும், விவாதங்களும் நடந்தன. அமெரிக்காவில் ராணுவ மற்றும் உளவுத்துறை நிபுணர்கள் பங்கேற்ற இரு கருத்தரங்குகளில் ஆப்கன் குறித்து விவாதிக்கப்பட்டது.

ஏற்கெனவே பாகிஸ்தான் சென்ற முஜாஹிதின்களுடன் 1978 ஆகஸ்டில் மேலும் அதிருப்தியடைந்தோரும் அங்கு போய்ச் சேர்ந்தனர். ஜியாநெஸ்ரி, ஜியாத் நாஸரி என்ற இரு அமெரிக்கர்கள்

மூளையாக இருக்க பாகிஸ்தானில் இருந்த எதிர்ப்புரட்சிக்குழு செயல்படத் துவங்கியது.

அமீன் : சி ஐ ஏ உளவாளியா?

மக்கள் ஜனநாயகக் கட்சிக்குள் இருந்த பார்ச்சம், கல்க் இரு கட்சி ஆதரவாளர்களிடையேயும் ஒவ்வொரு விஷயத்திலும் முரண்பாடும் கோஷ்டிப் போக்கும் மோதலும் உருவாயின. இந்தத் தகராறுகள் ஓரளவு சித்தாந்த தன்மை வாய்ந்தவை; ஓரளவு தனிநபர் பேராசை காரணமாக உருவானவை என்றும் கூறலாம். பிரதமராயிருந்த ஹபிபுல்லா அமீன் மாணவராக இருந்தபோதே அமெரிக்க சிஐஏவுடன் தொடர்பு கொண்டிருந்தார் என்றும் எப்போதுமே அவர் அமெரிக்க கைக்கருவியாகவே செயல்பட்டு வந்தார் என்றும் ஆப்கன் மக்கள் கட்சி தொடர்ந்து கூறுவது நிராகரிக்கப்படக்கூடியது அல்ல.

'சமரசமற்ற புரட்சியாளர்' என்ற தோற்றத்தை ஏற்படுத்திக்கொண்ட அவர் பார்ச்சம் கட்சியைச் சேர்ந்தவர்களை கட்சியிலிருந்தும் ஆட்சியிலிருந்தும் விரட்ட சூழ்ச்சிகள் செய்தார். முரட்டுத்தனமான அதிரடிப்பேச்சுகள் மூலம் தன்னை வீராதி வீரராகக் காட்டிக்கொண்டு சகல அதிகாரங்களையும் தம் கையில் குவிக்க முயன்றார். அதற்கு இடையூறாக அவர் தராகியைக் கருதினார். எனவே திடீரென தாக்குதல் நடத்தி தராகியைக் கொன்று அழித்துவிட்டு தம்மையே ஜனாதிபதியாக பிரகடனம் செய்துகொண்டார். இது நடந்தது 1979 செப்டம்பரில்.

இவர் ஆட்சிக்கு வந்ததும் 1978 டிசம்பர் 5 ஆம் நாள் தராகி சோவியத்தோடு செய்து கொண்ட ஒப்பந்தத்தை கிழித்தெறிந்தார். பேச்சுவார்த்தைக்கான மாஸ்கோ அழைப்பை நிராகரித்தார். ஆனால் மீண்டும் உதவி வழங்குவதற்கான அமெரிக்க அழைப்பை ஏற்றுக் கொண்டார். மக்கள் ஜனநாயகப் புரட்சியையும், மக்கள் ஜனநாயகக் கட்சியையும் மக்களிடமிருந்து தனிமைப்படுத்தும் செயல்களில் ஈடுபட்டார். இவருடைய முரட்டுத்தனமான ஆணைகளால் எதிர்ப்புரட்சி கும்பல்களே ஊக்கம் பெற்றன. அமெரிக்க ஜனாதிபதி அந்தக் காலகட்டத்தில் சிஐஏ மூலம் செய்த ஆட்சிக் கவிழ்ப்புகளும் சதிவலைகளும் கொஞ்சமல்ல. தமது பொம்மை அரசுகளை உருவாக்குவதில் தனிக் கவனம் செலுத்தினார். இவ்வாறாக, அமீன் அரசும் பொம்மை அரசாக - அமெரிக்காவால் ஆட்டுவிக்கப்படும் அரசாக - மாறிக்கொண்டிருந்தது. மக்கள் புரட்சியின் பலன்களை

சுவைக்கும் முன்பே தட்டிப்பறிக்கும் முயற்சிகளாக அவை அமைந்தன. இச்சூழலில் மக்கள் ஜனநாயகக் கட்சி நிலைமையை ஊன்றி கவனித்து தக்க நேரத்தில் தலையிட்டது. 1979 டிசம்பர் 28இல் பாப்ரக் கார்மல், புரட்சிக் கவுன்சிலின் தலைவராகவும், ஆப்கன் பிரதமராகவும், கட்சியின் பொதுச் செயலாளராகவும் மாறினார். இவர் முன்னர் பார்ச்சம் கட்சியின் முன்னணித் தலைவராக இருந்தவர் என்பது குறிப்பிடத்தக்கது. அமீன் தூக்கிலிடப்பட்டார்.

பாப்ரக் கார்மல் ஆட்சி

1929 காபூல் அருகே ஒரு கிராமத்தில் பிறந்த பாப்ரக் கார்மல் 1950களிலேயே மாணவர்களைத் திரட்டி ஜனநாயகத்துக்காகப் போராடியவர். 1978 ஏப்ரல் புரட்சிக்குப் பின் புரட்சிக் கவுன்சிலின் துணைத் தலைவராகவும் துணைப்பிரதமராகவும் தேர்ந்தெடுக்கப்பட்டவர். அமீன் அதிகாரத்தில் இவர் கடுமையாகத் துன்புறுத்தப்பட்டார். ஆயினும் சோர்ந்துவிடாமல் துரோகத்தை முறியடிக்கவும் கட்சியை ஒன்றுபடுத்தவும் பெரு முயற்சி மேற்கொண்டார். அமீனுக்கு எதிராக உள்ளேயும் வெளியேயும் எழுச்சியை உருவாக்கினார். அமீனை தூக்கி அடித்துவிட்டு அதிகாரத்துக்கு வந்தார். இவருக்கு சோவியத் ஆதரவு முழுமையாக இருந்ததால் சுலபமாக வெற்றி பெற முடிந்தது. அதுவே அவர் எதிரிகள் அவரை குறை சொல்ல பெரும் ஆயுதமும் ஆனது. அமீன் தூக்கியெறியப்பட்ட போது ஆப்கனில் இருந்த எல்லைகாந்தி என்று அழைக்கப்படும் கான் அப்துல் கபார்கான் இந்த நிகழ்ச்சிப் போக்குகள் குறித்து மக்கள் திருப்தி அடைந்துள்ளதாகக் கூறினார்.

இந்தப் புரட்சிக்கு எதிராக நடந்த கலகங்களை பரிசீலிக்கும் முன் இப்புரட்சி மக்களுக்கு என்ன செய்தது என்பதை சற்றுப் புரட்டுவது மிக மிக அவசியம்.

சுமார் 7,00,000 சதுர கி.மீ. பரப்பு கொண்ட ஆப்கனில் 75% மலைகள்; மீதமுள்ள 25 சதம் உள்ள பள்ளத்தாக்குகளிலும் கணவாய்களிலும் பீட பூமிகளிலும் தான் மக்கள் விவசாயம் செய்து வாழவேண்டும்.

"ஓரடி நிலமாவது சொந்தமாக இருந்தால், கடவுளுக்கு ஆயிரம் தடவை சலாம் போடுவதைவிட அது அதிக லாபகரமானது", என்ற பழமொழி ஆப்கன் பழங்குடிகளிடையே மிகவும் பிரபலமானது. 'ஆற்றுக்குள்ளே நின்று அரகரா என்று சொன்னாலும் சோற்றுக்குள்ளே இருக்காண்டா சொக்கப்பன்' என்கிற நம்மவூர்

பழமொழி போன்றதுதான் அது. "ஆண்டவனே ஆனாலும் ரொட்டி வடிவத்தில் தான் மக்கள் முன்வரவேண்டும்" என்று மகாத்மா காந்தி அடிக்கடி கூறும் பொன்மொழியின் சாயலும் இதில் உண்டு.

ஏப்ரல் புரட்சி அங்கு மக்களுக்கு நிலம் கொடுத்தது. ஏழை விவசாயிகள், லேவாதேவிக்காரர்களுக்கு கொடுக்க வேண்டியிருந்த 1.1 கோடி டாலர் கடன் சுமையிலிருந்து அவர்களை விடுவித்தது.

6,66,000 ஹெக்டேர் நிலத்தை 2,96,000 ஏழைக் குடும்பங்களுக்கு பிரித்து அளித்தது. 40 ஆயிரம் ஹெக்டேர் நிலம் அரசாங்க பண்ணைகளுக்காகவும், 33,500 ஹெக்டேர் நிலம் பூங்கா மற்றும் காய்கறித் தோட்டங்களுக்காகவும் ஒதுக்கப்பட்டன. 1200-க்கும் மேற்பட்ட கூட்டுறவு சங்கங்கள் உருவாக்கப்பட்டன. வரதட்சிணை கொடுப்பது அவமானகரமான பழக்கமாக்கப்பட்டு தடை செய்யப்பட்டது. நிலச்சீர்திருத்தம் ஒரு குடும்பம் 30 ஜெர்ரிகள் அதாவது ஐந்து ஹெக்டேர்கள் வரை சொந்தமாக வைத்துக்கொள்ள வழி செய்தது. மீதமுள்ள உபரி நிலம் கையகப்படுத்தப்பட்டு ஏழைகளுக்கு வழங்கப்பட்டது. இப்படி நிலம் பெற்றவர்கள் 2,96,000 பேர். அதே சமயம் நிலத்தை இழந்த 40 ஆயிரம் நிலவுடமையாளர்கள் சும்மா இருப்பார்களா? அவர்கள் அகதிகளாக பாகிஸ்தானுக்கு ஓட்டமெடுத்து எதிர்ப்புரட்சியாளர் பக்கம் சேர்ந்தனர்.

மாலிக் : கலகக்காரன்

அமெரிக்காவில் இருந்து வெளிவரும் "கிறிஸ்டியன் சயின்ஸ் மானிட்டர்" என்ற ஏடு ஒரு சுவையான தகவலைத் தந்தது.

மாலிக் என்பவன் தலைமையில் ஒரு மலைஜாதிக் குழு பாகிஸ்தான் வந்தது. அக்குழுவின் தலைவன் மாலிக், புரட்சிக்கு முன் 1000 ஹெக்டேர் நிலங்களுக்கு சொந்தக்காரனாக இருந்தான். புரட்சிக்குப் பின் அவனுக்கு 5 ஹெக்டேர் நிலத்தை கொடுத்துவிட்டு மீதமுள்ள நிலத்தை எடுத்து நிலமற்ற ஏழைகளுக்கு விநியோகிக்க புரட்சிக் கவுன்சில் முன் வந்தது. இதனால் ஆத்திரமடைந்த மாலிக் புரட்சிக்கு எதிராகத் திரும்பினான். "வேறு ஒருவரின் சொத்தின் எந்தப் பகுதியையும் ஏற்றுக்கொள்ளக்கூடாது" என்ற குரான் வார்த்தைகளை சுட்டிக்காட்டி மௌல்விகளும் முல்லாக்களும் ஏழைகளை மிரட்டினர். ஆனால் "யாரும் தம் சொந்த உழைப்பினால் பயிர் செய்யக்கூடிய நிலத்திற்கு அதிகமாக வைத்திருக்கக்கூடாது" என்ற குரானின் வசனத்தை - உபதேசத்தை மட்டும் இவர்கள்

மறந்துவிட்டனர். மாலிக்கும் அவருடன் விசுவாசமாயிருந்த விவசாயக் கூலிகள் சிலரும் பாகிஸ்தானுக்கு ஓடினர். இப்படி மூன்று லட்சம் ஆப்கானியர்கள் அகதிகளாகத் திரட்டப்பட்டு எதிர்ப்புரட்சி கலகக்காரர்களாகப் பயிற்றுவிக்கப்பட்ட கதை தனி.

புத்தகப் பறவை

எழுத்தறிவு வழங்கும் பணி புயல் வேகத்தில் துவங்கியது. ஆண்களுக்கு மட்டுமல்ல பெண்களுக்கும் எழுத்தறிவிக்கும் பணி துவங்கியது. இந்த எழுத்தறிவு இயக்கத்துக்கு எதிராக எதிர்ப்புரட்சி கலகக்கும்பல் நடந்துகொண்ட விதம் பற்றிய சில செய்திகள் அவர்கள் எவ்வளவு கொடூர மனம் படைத்தவர்கள் என்பதையும் எழுத்தறிவு இயக்கம் எவ்வளவு வீறுடன் நடைபெற்றது என்பதையும் பறை சாற்றுகிறது.

“மனிதனுக்கு ஞானத்தையும் அறிவையும் தனது இறக்கைகளின் மீது சுமந்து கொண்டு வந்த ஓர் அற்புதமான பறவை” இருந்ததாக கிழக்குலக மக்கள் பழங்காலத்தில் நம்பினர்.

எனினும் “புத்தகம்” என்ற பெயர் கொண்ட அந்த கற்பனைப் பறவையின் இறக்கைகளைத் தொட்டுப்பார்க்கும் வாய்ப்பு நாட்டில் ஒரு சிலருக்கே கிட்டியது. அண்மைக்காலத்தில் 1920-களில் கூட ஆப்கன் முழுவதிலும் சுமார் ஆயிரம் பேர் மட்டுமே எழுத்தறிவு பெற்றவர்களாக இருந்தனர் என்பதை நினைவு கூர்ந்தாலே போதும் ஆப்கன் நிலைமை புரியும். அந்த கற்பனைப் பறவையான புத்தகம் ஆப்கன் மலை மக்களிடம் பெரும் கவர்ச்சியாக இருந்து வந்துள்ளது. ஏப்ரல் புரட்சியில் அது இறக்கை கட்டி பறந்தது. பொறுக்கவில்லை எதிர்ப் புரட்சியாளர்களுக்கு.

1980 மே மற்றும் ஜூன் மாதங்களில் காபூல் நகரில் உள்ள ஐந்து பள்ளிகளில் திடீர் திடீரென மாணவர்கள் மயக்கமுற்றனர். அவர்களை மருத்துவமனையில் சேர்த்தபோது நச்சு வாயுவால் நரம்பு மண்டலம் பாதிக்கப்பட்டது தெரியவந்தது. ஒருவர், இருவர் அல்லர்; 2,069 மாணவர்கள் இவ்வாறு பாதிக்கப்பட்டனர்.

ஆப்கன் பாதுகாப்புப் படையான வஜிர் அந்த வட்டாரத்தில் தீவிர சோதனை மேற்கொண்டது. மாத்திரைப் பெட்டிகளும் குப்பிகளும் கைப்பற்றப்பட்டன. இம்மாத்திரைகள் தண்ணீரில் கரைக்கப்பட்டதும் விஷவாயு வெளிப்பட்டது. தீவிர சோதனைக்குப் பிறகு இது தொடர்பாக ஐந்து ஆண்கள், இரண்டு பெண்கள் என ஏழு பேர் கைது செய்யப்பட்டனர். இவர்கள் அனைவரும் ஹெக்மத்யார்

தலைமையில் துவங்கிய ஆப்கன் விடுதலைக்கான இஸ்லாமிய யூனியன் என்று சொல்லப்பட்ட கட்சியைச் சேர்ந்தவர்கள். இந்த மாத்திரைகள் அமெரிக்காவில் தயாரிக்கப்பட்டவை. மக்களிடம் பௌதீக ரீதியிலும் மனோதத்துவ ரீதியிலும் நிர்ப்பந்தத்தைக் கொண்டு வரவே இவ்வாறு கொடூரமான முயற்சிகள் மேற்கொள்ளப்பட்டன.

1950 இல் தான் சினிமா

திரைப்படத்தை பொறுத்தவரை ஆப்கானிஸ்தான் மிகவும் பின்தங்கியே இருந்தது. 1950ஆம் ஆண்டின் பிற்பகுதியில் தான் சினிமா என்பதையே ஆப்கன் மக்கள் அறிந்தனர். 1967 இல் தான் முதல் ஸ்டுடியோ காபூலில் உருவானது. எழுத்தறிவு மிகவும் குறைந்த நாட்டில் திரைப்படங்கள் மிக முக்கிய பங்காற்ற முடியும் என்ற அபிப்பிராயம் புரட்சிக்குப்பின் வலுப்பெற்றது. 37 திரைப்பட அரங்குகள் நாடெங்கும் உருவாயின. அவற்றில் 17 காபூலில் உருவானவை. இவையெல்லாம் புதிய மாற்றங்களை உணர்த்தின.

நைட்ரஜன் உரத் தொழிற்சாலை, ரொட்டி தயாரிப்பு தொழிற்சாலை, மோட்டார் வாகன ரிப்பேர் தொழிற்சாலை உட்பட ஏராளமான தொழிற்சாலைகள் உருவாயின. காபூல் நகரில் மட்டும் தொழிற்சங்கத்தில் 1980 செப்டம்பரில் 1,60,000 உறுப்பினர்கள் சேர்க்கப்பட்டனர் என்பதே தொழில் துறை வளரத் துவங்கியதன் அறிகுறி எனலாம்.

ஆப்கன் முற்றிலும் நவீனமாகிவிடவில்லை. நவீன கனரக தொழிற்சாலைகள் வந்து குவியவில்லை. ஆனால், நிலப்பிரபுத்துவ ஆணிவேரை ஏப்ரல் புரட்சி அசைத்தது. எழுத்தறிவு என்கிற தீபத்தை ஆப்கன் முழுவதும் ஏற்றிவைக்க பெரும் பகீரத முயற்சி மேற்கொண்டது; ஆப்கனில் பாரம்பரிய கலையைப் பாதுகாக்க முயற்சித்தது; ஆப்கன் இனக்குழுக்கள், பழங்குடியினர் இவர்களிடையே பெரும் ஐக்கியத்தை ஏற்படுத்த முயற்சித்தது. இவையெல்லாம் நடந்தபோதும் பாப்ரக் கார்மலுக்கு எதிராகக் கலகம் செய்ய அமெரிக்க ஏகாதிபத்தியத்தால் முடிந்தது எப்படி? அதற்கான அவசியமும் அரசியல் சூழலும் உருவானது எப்படி என்பதை அறிவது அவசியம்.

ஒரு சரியான எச்சரிக்கை

ஆப்கன் மக்கள் கட்சியின் பொதுச் செயலாளரும் ஜனாதிபதியுமான பாப்ரக் கார்மல் கட்சி மத்தியக்குழுவில் விடுத்த எச்சரிக்கை முதலில் கவனிக்கத்தக்கது.

"பெருவாரியான மக்கள் புனிதமான இஸ்லாம் மதத்தைப் பின்பற்றுகிற நாட்டில் ஏப்ரல் புரட்சி நடைபெற்றுள்ளது என்கிற விஷயத்தை நினைவில் கொள்ள வேண்டும். ஆப்கானிஸ்தானிலும் அதன் எல்லைகளுக்கு வெளியிலும் உள்ள பிற்போக்கு சக்திகள் சமயப்பற்றுக்கொண்ட முஸ்லீம் மக்களிடையே புரட்சியைப் பற்றியும் நம் கட்சியைப் பற்றியும் அவதூறு தூண்டிவிட சகல முயற்சிகளையும் செய்து வருகின்றன. எனவே சமயப்பற்று கொண்ட முஸ்லீம்களும் உழைக்கும் மக்களும் நம் கட்சியின் உன்னதமான சீரிய லட்சியங்களையும் குறிக்கோள்களையும் ஆழமாகவும் சரியாகவும் புரிந்துகொள்ளும்படி செய்ய கட்சி சகல பிரயத்தனங்களையும் மேற்கொண்டுள்ளது."

பாப்ரக் கார்மல் வெறும் கற்பனைக் கண்ணோட்டத்தில் இதனை சொல்லவில்லை. சம்பவங்கள் அதற்கொப்ப நடந்தன. பாகிஸ்தான் தலைநகர் இஸ்லாமாபாதில் அப்போது உலக இஸ்லாமிய மாநாடு ஒன்று நடைபெற்றது. அந்த மாநாட்டில் பேசிய பாகிஸ்தான் ஜனாதிபதியும், ராணுவ சர்வாதிகாரியுமான ஜியா - உல் - ஹக் காஷ்மீர் பற்றி விஷம் கக்கினார். இந்தியா, சோவியத் யூனியன், ஆப்கானிஸ்தான் பற்றி துவேஷம் கொப்பளிக்கப் பேசி எதிர்ப்பு உணர்வைக் கக்கினார்.

உலக இஸ்லாம் மாநாடு

"சமத்துவம், நீதி, சகோதரத்துவம்" இஸ்லாமின் - குரானின் உயிர்நாடியாகும். இக்கோட்பாடு பிறநாடுகளுக்கு எதிரான ஆக்கிரமிப்பை ஒரு போதும் அங்கீகரிக்காது. ஆயினும், முஸ்லீம் நாடான பாகிஸ்தான் இன்னொரு முஸ்லீம் நாடான ஆப்கானிஸ்தானை அச்சுறுத்தியது. உலக இஸ்லாமிய மாநாடு ஆப்கானிஸ்தானுக்கு எதிராகக் கண்டனக்குரல் எழுப்பியது. முஸ்லீம் நாடுகளின் கூட்டமைப்பிலிருந்து ஆப்கானிஸ்தான் வெளியேற்றப்பட்டது.

இந்தச் சூழலின் அநியாயங்கள்பற்றி அன்றைய இந்திய நாடாளு மன்ற உறுப்பினர் சையது அகமது ஆகா எழுதிய கட்டுரையொன்றில் தெளிவாக எச்சரிக்கிறார்:

"இஸ்லாமிய மாநாடு எனப்படுவதன் பின்னால் உள்ள மெய்யான ஆதர்சத்தைக் காண்பது கடினமல்ல. அமெரிக்க வெளியுறவு அமைச்சர் கிஸ்ஸிங்கர் வார்த்தைகளில் கூறுவதானால் இஸ்லாமிய இயக்கம் கம்யூனிச சித்தாந்தத்திற்கு எதிரான ஒரு தடை மதில்

ஆகும். இத்தகைய மாநாடுகள் மூலமாக இஸ்லாமிய உலகத்தை குழப்புவதற்கும், ஏகாதிபத்தியத்தினாலும் இஸ்ரேலினாலும் அது அடைந்த துன்ப துயரங்களையும் சுரண்டல்களையும் மறக்கச் செய்வதற்கும் அமெரிக்காவும் பிரிட்டனும் நம்பிக்கை கொண்டுள் ளன. பாலஸ்தீன மக்கள் இன்னும் வீடு வாசல் இல்லாதவர்களாக உள்ளனர். முஸ்லீம் நாடுகளின் நண்பனென்று அமெரிக்கா, உரிமை கொண்டாடுவதை பாசாங்குத்தனம் என்றுதான் கூறவேண்டும். அமெரிக்கா இஸ்ரேலைப் பாதுகாத்து வருகிறது. பெருமளவு ஆயுத உதவியின் மூலம் முஸ்லீம் பிரதேசங்களையும் புனித ஸ்தலங்களையும் ஆக்கிரமிப்பின்கீழ் தொடர்ந்து வைத்திருப்பதற்கு அதற்கு வகை செய்கிறது. ஜெரூசலத்தின் அரபு அந்தஸ்தை மீண்டும் நிலை நிறுத்துவதற்கும் ஒரு சுதந்திர பாலஸ்தீன அரசு நிறுவப்படுவதற்கும் அமெரிக்கா எதிர்ப்பு தெரிவிக்கிறது. ஆனால், பாகிஸ்தானின் இன்றைய ஆட்சியாளர்களுக்கு நிலைமை அவ்வளவு இலகுவானதாக இல்லை. அடக்குமுறை, கசையடி பற்றிய பயம், ராணுவச் சட்டம் முதலியவை இருந்தபோதிலும் ஜியாவின் கொள்கைக்கு எதிர்ப்பு அடிக்கடி வலுக்கிறது. ஹரியத், வியூபாயிண்ட் என்ற, பாகிஸ்தானின் இரு பத்திரிகைகள் ஆப்கா னிஸ்தானுடன் பாகிஸ்தான் மோதலில் ஈடுபடுவதை எதிர்த்துள்ளன. இஸ்லாமிய மாநாட்டிலேயே பஹ்ரைனுக்கான லிபியாவின் தூதர் அதன் ரகசியக் கூட்டத்தில் அமெரிக்காவைத் தாக்கிப் பேசினார். ஆப்கானிஸ்தான் சம்பந்தமான கூக்குரல் பிற பிரதேசங்களில் அமெரிக்காவின் நோக்கங்களில் இருந்து கவனத்தை வேறுபக்கம் திருப்பும் சூழ்ச்சி என்று வர்ணித்தார். பாலஸ்தீன விடுதலைக்கான ஜனநாயக முன்னணி இஸ்லாமிய மாநாட்டை ஆப்கானிஸ்தானுக்கும் ஈரானுக்கும் எதிரான ஒரு சதியாகும் என்று வர்ணித்துள்ளது."

இப்படி அவர் எழுதிய வார்த்தைகள் அன்றைக்கு இஸ்லாம் பெயரில் ஆப்கனில் உசுப்பிவிடப்பட்ட எதிர்ப்புரட்சிக் கலகங்கள் எப்படி ஏகாதிபத்திய நலன் காக்கவே செய்யப்பட்டவை என்பதை விளக்கும்.

கால் நடைகளுக்குத் தீவனம் தேடி...

ஆப்கன் ஜனத்தொகையில் கணிசமான பகுதியினர் பழங்குடியினர் என்பதும் இவர்கள் பெரும்பாலும் சீனா, பாகிஸ்தான், ஈரான் நாடுகளின் எல்லையை ஒட்டிய பிரதேசங்களில் வசிக்கிறார்கள் என்பதும் அனைவருக்கும் தெரிந்த விஷயம். சுமார் நாற்பது லட்சம் பழங்குடியினர் குறிப்பாக பத்தானியர்கள் தங்கள் கால்நடைகளுக்குத்

தண்ணீரும் தீவனமும் தேடி நாடோடிகளாய்த் திரிகின்றனர். ஈரான், ஆப்கானிஸ்தான், பாகிஸ்தான் என்ற எல்லைகளை இவர்கள் பொருட்படுத்துவதே இல்லை. எத்தகைய ஆவணங்களும் இன்றி குறிப்பிட்ட நாட்டின் குடியுரிமையோ, விசாவோ, வேறு ஏதேனும் அடையாள ஆணைகளோ, எதுவும் இல்லாமல் இவர்கள் தங்கள் இஷ்டம்போல் புல் தரைகளைத் தேடி அலைகிறார்கள்.

இத்தகைய பழங்குடியினர் சிலர் எதிர்ப்புரட்சிக் கும்பலுக்குள் ஈர்க்கப்பட்டிருக்கிறார்கள். இவர்கள் எத்தகைய தங்கு தடையுமின்றி ஆப்கன் எல்லைப் பிராந்தியங்களில் குறிப்பாக ஜலாலாபாத், ஹெராட், காந்தகார் முதலிய நகரங்களைச் சுற்றித் திரிய முடிகிறது.

இந்தப் பழங்குடியினரும் சிறுபான்மை இனத்தவரும் பயங்கரமான வறுமையில் உழல்கின்றனர். (நிலச்சீர்திருத்தம்கூட மேய்ச்சலை நம்பி வாழும் இவர்களை விடுவிக்கவில்லை). மூடப்பழக்கங்களில் தோய்ந்து மிகவும் பின்தங்கிக் கிடக்கிறார்கள். இவர்களில் 90 சதவீதத்தினர் எழுத்தறிவற்ற தற்குறிகள். எனவே இவர்களுடைய அறியாமையைப் பயன்படுத்திக் கொண்டு மதத்திற்கு ஆபத்து என்று இந்த எளிய மக்களை ஏமாற்றி, எதிர்ப்புரட்சிக்காரர்கள் தங்கள் ஈனக்காரியங்களுக்குப் பயன்படுத்திக் கொள்கின்றனர்.

பாகிஸ்தானில் 80 ராணுவ முகாம்கள்

பாகிஸ்தான் பிரதேசத்தில் அந்நாட்டு அதிகாரிகள் ஒப்புதலோடும் முனைப்பான பங்கேற்போடும் அமெரிக்கா சுமார் 80 இராணுவ முகாம்களையும், ஆப்கன் எதிர்ப்புரட்சியாளர்களுக்கான பயிற்சி மையங்களையும் உருவாக்கி இருந்தது. அமெரிக்காவையும் வேறு சில நாடுகளையும் சேர்ந்த அனுபவமிக்க இராணுவப் பயிற்சியாளர்கள், கொள்ளையடிக்கவும் கொலை செய்யவும் கலகம் செய்யவும் இம்முகாம்களில் பயிற்சி அளித்தனர்.

ஜமாய்த்-இ-இஸ்லாமி வகையைச் சேர்ந்த எதிர்ப்புரட்சி யாளர்களுக்கு அமெரிக்க சிஐஏ மட்டுமின்றி எகிப்திய உளவு அமைப்பும் நிதி உதவியும் பயிற்சியும் அளித்தது. 15 லட்சம் டாலர் நிதி உதவி அளிக்க எகிப்தை ஆண்ட சதாக் உத்தரவிட்டது கெய்ரோவிலிருந்து வெளிவந்த ஏடுகளில் செய்தியானது.

இன்னொரு எதிர்ப்புரட்சி கும்பலின் தலைவரான ஹெக்மத்யார் ஜெர்மனியின் பான் நகருக்குச் சென்றார். இவர்தான் 2,000க்கும் மேற்பட்ட மாணவர்களுக்கு நஞ்சூட்டியவர் என்பதை முன்பே பார்த்தோம். ஜெர்மனியின் கிறிஸ்டியன் சமூக ஜனநாயகக்

கட்சியுடன் நெருங்கிய தொடர்பு கொண்ட ஷான்ஸ் சீடேல் பவுண்டேஷனின் அழைப்பின் பேரிலேயே அவர் அங்கு சென்றார். அங்கு பவேரியாவின் தலைமை அமைச்சரும், கிறித்துவ ஜனநாயகக் கட்சியின் தலைவருமான பிரான்ஸ் ஜோசப் ஸ்டாசும், மேற்கு ஜெர்மனி எதிர்க்கட்சித் தலைவர்களும் விருந்தளித்து உபசரித்து உரையாடினர். அரசாங்கத் தலைமைச் செயலர் குந்தர்வான் வெல்லும் அங்கு இருந்தார். பேச்சுவார்த்தை ரகசியமாகவே நடைபெற்றது. ஆயினும் பத்திரிகைகள் மோப்பம் பிடித்து இச்செய்தியை வெளியிட்டு விட்டன.

இந்த அரக்கமனம் படைத்த கலகக்காரர்கள் சுமார் 2,000 பள்ளிக்கூடங்களையும் 40 மருத்துவமனைகளையும் அழித்தனர். புனித இஸ்லாமை பாதுகாக்கப் புறப்பட்ட இந்த சூரப்புலிகள் பாலங்களையும், படகுத் துறைகளையும், தொழிற்சாலைகளையும் மட்டுமல்ல, 200க்கும் மேற்பட்ட மசூதிகளையும் தகர்த்து எறிந்தனர்.

இப்படி தன் கையைக் கொண்டே தன் கண்ணைக் குத்த ஆப்கனில் நடந்த சதிகளும், கொடூரங்களும் ரத்தமும் கண்ணீரும் கசியும் கதைகளாகும். அந்த மாபெரும் சதியும் தாக்குதலும் மேலும் விரிவாக்கப்பட்ட சூழல் புரியாமல் பாப்ரக் கார்மல் ஆட்சி அகற்றப்பட்ட வரலாறு தெளிவாகாது. ஆப்கனின் இன்றைய துயரத்தின் ஆணிவேர் புலப்படாது. எனவே சற்று அதனையும் பார்ப்போம்.

4

நரிகள் இயக்கிய ரணகள நாடக முடிவு...?

அந்த மனிதரைத் திடீரென்று சுற்றி வளைத்த அந்தப் படையினர், அவரைக் கொடூரமாக சித்ரவதை செய்தனர். அவரது ஆண்குறியை அறுத்து அவரது வாயில் திணித்தனர். அவரை ஒரு ஜீப்பின் பின்புறம் கட்டி தெருக்களில் அங்கும் இங்கும் வேகமாக ஜீப்பை ஓட்டினர். தரையில் மோதிச் சிதைந்து உயிர் போகும் வரை இந்தக் கொடூரத்தை அரங்கேற்றினர். பின்னர் நடுரோட்டில் தொங்கவிட்டனர். இந்த மனிதத் தன்மையற்ற அரக்கத்தனமான படுகொலையை நடத்தியவர்கள் தாலிபான்கள். அவர்களால் அநாகரிகமாக காட்டுமிராண்டித்தனமாகக் கொல்லப்பட்டவர் முகமது நஜிபுல்லா. 1986 முதல் 1992 வரை ஆப்கானிஸ்தானின் ஜனாதிபதியாக பதவி வகித்தவர். அவர் கம்யூனிஸ்ட் என்பதுதான் மிகப்பெரும் குற்றம்.

இது நடந்தது எந்த நாட்டில் தெரியுமா?

காபூல் நகரில் 87 வயது முதியவர் ஏ.எச்.தாவி என்பவர் பெயர் பிரபலம். அவரை ஒரு மாபெரும் அதிர்ஷ்டசாலியாக இளைஞர்கள் கருதினர். அவருடைய இந்தப் புகழுக்குக் காரணம் என்ன? 1920ஆம் ஆண்டில் அவர் ஆப்கனில் வர்த்தக அமைச்சராக இருந்தார் என்பதாலா? அல்ல. மாறாக அவர் வர்த்தக அமைச்சராக இருந்தபோது லெனினை சந்தித்தார் என்பதே அவரின் காந்தக் கவர்ச்சிக்குக் காரணம். ஆனால் அதுபற்றி அவர் என்ன கூறுகிறார் தெரியுமா?

“துர்ப்பாக்கியவசமாக மாபெரும் லெனினைச் சந்திக்கும் கௌரவம் எனக்குக் கிட்டவில்லை. ஆயினும் 1920 இல் ஏனைய சோவியத் தலைவர்கள் மத்தியில் நான் அவரைக் கண்டேன். ஆப்கானிஸ்தான் வர்த்தக அமைச்சர் என்ற முறையில் நான் அந்தக் காலத்தில் சிச்செரியனோடு பேச்சுவார்த்தைகள் நடத்தினேன்” என்கிறார்.

இப்படி லெனினை தூரத்தில் பார்த்தவரையே பெரும் பேறு பெற்றவராகக் கருதும் நாட்டில்தான் கம்யூனிஸ்ட் என்ற காரணத்தால் முன்னாள் பிரதமர் முகமது நஜிபுல்லா இரக்கமற்ற முறையில் கொல்லப்பட்டார். ஏகாதிபத்திய எடுபிடிகளும் அவர்களது ஆதரவு பிரச்சார எந்திரமும் "மனித உரிமை" கவசமணிந்த போர் பீரங்கிகளும் இப்போது வாய்மூடி மவுனம் காத்தனர். அதுதான் ஏகாதிபத்தியம்.

இவர்கள் செய்தது இது மட்டுமா? இதற்கு முன் பாப்ரக் கார்மலின் ஆட்சியில் ஏகாதிபத்தியத்தால் தூண்டிவிடப்பட்ட கைக்கூலிகளும், உள்நாட்டுப் பிற்போக்காளர்களும் செய்த அட்டூழியங்கள் சொல்லுந்தரமன்று. ஏற்கெனவே முன் அத்தியாயத்தில் சிலவற்றை குறிப்பிட்டுள்ளோம். மேலும் சில காட்சிகளைக் காண்பது அவசியம்.

பெண்கள் பள்ளியில் கொடுந்தாக்குதல்

1980 மே 5 காலை 9 மணி. பக்லான் நகரிலுள்ள பெண்கள் பள்ளி. திடீரென்று 12 கொடியவர்கள் இயந்திரத் துப்பாக்கி சகிதம் உள்ளே நுழைகின்றனர். மாணவிகளையும் ஆசிரியைகளையும் வரிசையாக நிற்கச் சொல்கின்றனர். இயந்திரத் துப்பாக்கிகள் இதயமற்று தீக்கக்கி தோட்டாக்களை பீய்ச்சின. ஒன்றாம் வகுப்பு படிக்கும் ஆறு வயது கவுகபா முகமது இஸ்மாயில், எட்டாம் வகுப்பு படிக்கும் 14 வயது சிம்மத் கோன், 10 ஆம் வகுப்பு படிக்கும் 14 வயது கனிபா, 25 வயது நிரம்பிய ஆசிரியை ரெய்தா முகமது ஆகியோர் அங்கேயே துள்ளத் துடிக்க குருவி காக்கைகள் போல் சுட்டு வீழ்த்தப்பட்டனர். 16வயது நிரம்பிய 10 ஆம் வகுப்பு மாணவி ஜக்யா அப்துல் ஜலீலை காப்பாற்ற சோவியத் டாக்டர்கள் செய்த முயற்சி பலன் தரவில்லை. நெஞ்சில் காயம்பட்ட 19 வயது ஆசிரியை அப்துல் ஜலீல், நெஞ்சில் காயம்பட்ட 15 வயதான 9 ஆம் வகுப்பு மாணவி நஜீபா முகம்மது ஹஹீம், இடுப்பில் காயமுற்றிருந்த 30 வயதான ஆசிரியை கமார் மமாட் ஜைர் ஆகியோர் சோவியத் டாக்டர்களால் மரணத்தின் விளிம்பிலிருந்து காப்பாற்றப்பட்டனர். இந்தப் பெண்களுக்கு கல்வி அளித்ததும் அவர்களை மரணத்தின் விளிம்பிலிருந்து காப்பாற்றியதும் கம்யூனிஸ்ட்டுகள் செய்த மாபெரும் குற்றம். என்ன செய்வது? ஏகாதிபத்திய நியாயம் அது.

1980 ஜூலை 7ஆம் தேதி ஹெராட் நகரில் பெண்கள் பள்ளிக்கூடத் தலைமை ஆசிரியர் இப்ராஹிம் ஜலாலுதீன் இந்தக் கொடியவர்களால்

கடத்தப்பட்டார். அவர் மறுநாள் நகருக்கு வெளியே பிணமாகக் கிடந்தார். கல்விக்கண் திறந்தது அவர் செய்த மாபெரும் தப்பு.

காபூல் நகரில் 1980 ஜூன் 9ஆம் நாள் பீபி மஹ்ரு பள்ளிக் குடிநீரில் கொடியவர்கள் விஷம் கலந்தனர். 15பேர் மரண வாசலைத் தட்டி திரும்பினர். இதுபோல் காபூலில் இன்னொரு பள்ளியில் 44 பேர் கதியும் இப்படி ஆனது. முன் அத்தியாயங்களில் இதுபோன்ற ஒரு செய்தியும் பார்த்துள்ளோம்.

மதகுருக்களையும் விடவில்லை

"ஏதோ ஓர் அதிர்ஷ்ட தேவதையின் மந்திரக்கோலால் கண்ணொளி பெற்றுவிட்ட குருடனைப்போல் மகிழ்கிறேன்" என்று கூத்தாடிய 45 வயது அகமது.

"சின்ன வயதில் நான் பள்ளிக்கூடத்தை எட்டிப் பார்த்ததில்லை" என்று கூறும் பாத்தியாவின் வயது 40. கூலி வேலை செய்பவர். 4 குழந்தைகளின் தாய்.

இப்படிப்பட்ட ஐந்து லட்சத்துக்கும் அதிகமான மக்களுக்கு அவரவர் தாய்மொழியான பஷ்து, தாலி, துர்க்மெனி என கற்றுக் கொடுக்க அனுப்பப்பட்ட 18,500 ஆசிரியர்களும், ஏதாவது ஒருவகையில் மிரட்டப்பட்டனர்; துன்புறுத்தப்பட்டனர்.

ஏழை விவசாயிகளும் கைவினைஞர்களும் கூலிக்காரர்களும் கல்வி அறிவு பெறுவதை நிலப்பிரபுக்களும் பிற்போக்கான முஸ்லீம் மதத்தலைவர்களும் விரும்பவில்லை. எனவே அமெரிக்க சிஐஏ கைக்கூலிகளான இவர்களும் இவர்களது அடியாட்களும் கல்வி தீபம் ஏற்றிவரும் தொண்டர்களையும் ஆசிரியர்களையும் குறிவைத்து தாக்கினர்; அவமானப்படுத்தினர்; அச்சுறுத்தினர்.

"இஸ்லாமின் புனிதம் காக்க போர்வாள் தூக்கிய இந்த கலகக்காரர்கள் மனித நேயமிக்க மதகுருக்களையும் விடவில்லை.

1980 ஏப்ரலில் கஜினி நகரில் குலாம் சித்திக் என்ற இஸ்லாமிய மதகுருவை சிரச்சேதம் செய்தனர்.

1980 ஜூலை 7 இல் மதகுரு நசருல்லா படுகொலை; ஜூலை 25இல் மதகுரு ஷரிப்பை மசூதிக்குள் நுழைந்து சுட்டுக் கொன்றனர்.

இவைபோல் எண்ணிறந்த கொடுமைகளின் பட்டியல் நீளும். இவற்றை அரங்கேற்றிய பழங்குடி குழுக்கள், மதக்குழுக்கள் உட்பட பல்வேறு கலகக் குழுக்கள் உள்நாட்டவராக இருந்தாலும்

ஏகாதிபத்தியத்தால் பயிற்சி அளிக்கப்பட்டவர்கள். இவர்கள் பற்றி டைம்ஸ் ஆப் இந்தியா நாளேட்டில் ரவிரிக் குறிப்பிட்டிருப்பதாவது:

"கலகக்காரர்கள் திட்டமிட்ட கொள்ளைக் கூட்டங்களே தவிர வேறல்லர். அவர்களிடத்தில் கட்டுப்பாடு ஏதும் கிடையாது. இருப்பதோ பழைய ஆயுதங்கள். கம்யூனிச எதிர்ப்பைத் தவிர வேறு சித்தாந்தம் கிடையாது. சமூக பொருளாதார சீர்திருத்தங்களை எதிர்ப்பவர்கள் இவர்கள்."

இவர்களைத்தான் ஆப்கனில் மனித உரிமைக் காவலர்களாகவும், கம்யூனிச பூதத்திடமிருந்து ஆப்கனை மீட்கவந்த ரட்சகர்களாகவும் ஏகாதிபத்திய தகவல் தொடர்பு சாதனங்கள் சித்திரம் தீட்டி மகிழ்ந்தன.

இது குறித்து ஜப்பானிய நாடாளுமன்ற உறுப்பினர் தகுமி உய்டா கூறியது இங்கு நினைவுபடுத்தத்தக்கது:

"ஏப்ரல் புரட்சி நடைபெற்ற உடனேயே ஆப்கன் ஜனநாயகக் குடியரசுக்கு எதிராக அமெரிக்காவும் அதன் கூட்டாளிகளும் அவதூறு பிரச்சாரத்தை கட்டவிழ்த்துவிட்டன. பின்னர் அதன் உள் விவகாரங்களில் தலையிடவும் குடியரசின் உயிருக்கே உலை வைக்கவும் தொடங்கின. புரட்சியைப் பாதுகாக்கும் பொருட்டும் அன்னிய ஆக்கிரமிப்பை முறியடிக்கும் பொருட்டும் ஆப்கன் தொழிலாளர்கள் விவசாயிகள் போராட்டத்திற்கு ஆதரவு அளிக்கும் பொருட்டும் தான் உதவி கோரி ஆப்கானிஸ்தான் சோவியத் யூனியனை வேண்டிக்கொண்டது என்பதை நாங்கள் முற்றிலும் புரிந்துகொள்கிறோம்."

பசவபுன்னையா கணிப்பு

மார்க்சிஸ்ட் கம்யூனிஸ்ட் கட்சியின் அரசியல் தலைமைக்குழு உறுப்பினரும், முதுபெரும் கம்யூனிச சித்தாந்தியுமான அமரர் தோழர் பசவபுன்னையா அப்போது எழுதிய கட்டுரையொன்றில் குறிப்பிடுகிறார்:

"வளைகுடா நாடுகளின் எண்ணெய்ச் செல்வத்தை தங்குதடையின்றி கொள்ளையடித்தும் இந்த அரசுகளின் மீது ஆதிக்கம் செலுத்தியும் வருகின்ற அமெரிக்கா மற்றும் பிற ஏகாதிபத்தியவாதிகள் தற்போது ஒரு புதிய நிலைப்பாட்டை எதிரிட வேண்டியுள்ளது. அதாவது வளைகுடா பிரதேசத்தில் இந்த நாடுகள் தலை நிமிர்ந்து நின்று நிபந்தனைகளையும் எண்ணெய் விலையையும் நிர்ணயிக்கின்றன. ஏகாதிபத்திய பொருளாதாரத்தின் எதிர்கால நலனை பாதிக்கின்ற ஒரு கேந்திரமான பிரச்சினையாக இது உள்ளது."

"தற்போது அமெரிக்க ஏகாதிபத்தியவாதிகளை உறுதியாகப் பீடித்துள்ள போர்வெறியின் ஆழத்தை; அவற்றின் எண்ணெய் அரசியலிலிருந்து பிரித்து புரிந்து கொள்வதற்குச் செய்யும் எந்த முயற்சியும் யாரையும் இந்த நிகழ்வுப் போக்கின் அருகேகூட இட்டுச் செல்லாது. ஆப்கன் பிரச்சினையும் அதில் சோவியத் பாத்திரமும் எண்ணெய் வளம் மிக்க வளைகுடாப் பிரதேசத்தின்மீது அமெரிக்க ஏகாதிபத்திய நோக்கங்களுக்கு சேவை செய்வதற்காகப் பயன்படுத்திக் கொள்ளப்படுகின்றன."

"அமெரிக்காவிடமிருந்து 40 கோடி டாலர்கள் அளவிலான மிகப் பெருந்தொகைக்குரிய ஆயுத உதவியைப் பெற்றதன் மூலம் பாகிஸ்தான் ராணுவ சர்வாதிகாரி ஜெனரல் ஜியாவின் ராணுவ ஆட்சி இஸ்லாமையோ அல்லது இஸ்லாமிய நாடுகளையோ பாதுகாக்கும் என்று விளம்பரப்படுத்துவது பாசாங்குத் தனத்தின் உச்ச நிலையாகும். வரலாற்று உண்மையும் வாழ்க்கையும் இதனை மெய்ப்பிக்கும்."

"மற்றோர் அப்பட்டமான உதாரணத்தையும் பார்ப்பது எனில், ஈரான் மன்னர் ஷாவையும் அவருக்கு ஏறத்தாழ கால் நூற்றாண்டுக்கு மேலாக பல்லாயிரம் கோடி டாலர் அமெரிக்கா உதவி வழங்கியதையும் எடுத்துக் கொண்டு பார்க்கலாம். இது, சோவியத் கம்யூனிஸ்ட் அச்சுறுத்தலிலிருந்து ஈரானையும் வளைகுடா பிரதேசத்தையும் பாதுகாப்பதற்கான உதவி என்றும், ஈரான் மக்களின் வாழ்க்கையை மேம்படுத்துவதற்கும் கற்பனையான கம்யூனிச அபாயத்திலிருந்து இஸ்லாமை பாதுகாப்பதற்குமான உதவி என்றும் திரும்பத் திரும்ப ஒலிபரப்பப்பட்டது. ஈரான் ஷாவுடன் இந்த அமெரிக்கப் பரிசோதனையின் விளைவு என்ன? ஈரானிய தேசத்தின் மக்களது எந்த உரிமையையும் மற்றும் சுதந்திர உலகம் எனப்படுவதன் எதையும் அவர் பாதுகாக்கவில்லை. அவரது மக்களை கொடூரமான முறையில் ஒடுக்குவதற்கான ஒரு பாசிஸ்ட் இயந்திரத்தை மட்டுமே அவர் உருவாக்கினார். மேலும் அவரது ரகசிய போலீஸ், கேடுகெட்ட "சவாக்" அவர்களது வாழ்க்கையை சகிக்கவொண்ணாதது ஆக்கியது. இந்த கொடுங்கோலனாகிய ஷா லட்சக்கணக்கான முஸ்லீம் தேசபக்தர்களையும் ஜனநாயகவாதிகளையும் கொன்று குவித்ததற்கான பொறுப்பாளியாவார். அவர் மட்டும் 60 ஆயிரத்திற்கும் மேற்பட்ட மக்களை ஒழித்துக்கட்டியுள்ளார் என்றும், மேலும் ஒரு லட்சம் மக்களை முடமாக்கியுள்ளார் என்றும் அயதுல்லா கொமேனி உலகுக்கு அறிவித்துள்ளார். ஆயினும் ஷா எனும் அந்தப் பேயை ஜிம்மி கார்ட்டர் உட்பட தொடர்ச்சியாக ஏழு அமெரிக்க ஜனாதிபதிகள் புகழ்ந்து பாராட்டியுள்ளனர். இதுதான் இஸ்லாமை

பாதுகாப்பதா? முஸ்லீம் பிரஜைகளின் உயிரையும் சுதந்திரத்தையும் பாதுகாப்பதா?" இவ்வாறு பசவபுன்னையா தமது கட்டுரையில் எழுப்பிய நியாயமான கேள்வியின் வெப்பம் இன்றும் தகித்துக் கொண்டிருக்கிறது.

"ஆப்கானிஸ்தானில் சோவியத் துருப்புகள் பிரவேசித்திருக்கும் பிரச்சினையில் அவை சட்டப்பூர்வமாக அமைக்கப்பட்ட ஆப்கன் சர்க்காரின் வேண்டுகோளின் பேரில் அங்கு சென்றனவா அல்லவா என்ற ஐயப்பாடுகள் கிளப்பப்பட்டுள்ளன. கார்மல் சர்க்காரின் வேண்டுகோள் பேரில் அவை அங்கிருக்கின்றனவா? அவை அங்கு சென்றது சோவியத் - ஆப்கன் நட்புறவு ஒப்பந்தத்தின் ஷரத்துகளுக்கு இசைவானதுதானா? இத்தகைய ஆட்சேபணைகளைக் கிளப்பி சோவியத் துருப்புகள் அங்கு சென்றதை எதிர்க்கிறார்கள். ஆனால், அவர்கள் 1978க்குப் பிறகு எல்லா மூன்று ஆப்கன் ஆட்சிகளுக்கும் எதிராகப் போராட கலகக் கொரில்லா படைகளுக்குப் பயிற்றுவித்து அவர்களை ஆயுதபாணியாக்கியதன் மூலம் பாகிஸ்தான் ராணுவ ஆதிக்க அரசும் சோஷலிச சீனாவும் அப்பட்டமான தலையீடு செய்திருப்பதற்கு எத்தகைய ஐயப்பாட்டையும் ஆட்சேபணையையும் தெரிவிப்பதில்லை" என்றும் பசவபுன்னையா அன்று சரியாக விமர்சித்தது கவனத்தில் கொள்ளத்தக்கது.

சிக்கலின் இரு முனைகள்

இதேநேரத்தில் ஆப்கன் புரட்சிகர கவுன்சில் உறுப்பினரும் அரசியல் தலைமைக்குழு உறுப்பினருமான அனாஹிதா ராதேப்ஜாத் அளித்த ஒரு பத்திரிகை பேட்டி கவனிக்கத்தக்கது. "உன் செரோஜுட்" என்கிற மேற்கு ஜெர்மனி பத்திரிகையின் நிருபர் ஹியூகோ பிரவுன் கேட்ட கேள்விக்கு ராதேப்ஜாத் பதில் அளித்தார்:

" எங்களுடைய மக்களில் 92 சதவீதத்தினர் இப்போதும் எழுதப் படிக்கத் தெரியாதவர்கள்; நிலப்பிரபுத்துவ மற்றும் குலமரபு சிந்தனைகளில் அவர்கள் தோய்ந்திருக்கிறார்கள்..."

"பிரச்சினைகளை எதார்த்த உண்மைகளின் அடிப்படையில் அணுகாததால் முதலில் சிக்கல்கள் ஏற்பட்டன; கணிசமான மக்கள் பகுதியினர் ஏப்ரல் புரட்சியை நிராகரிக்க முற்பட்டனர்; இவ்வாறுதான் எதிர்ப்புரட்சிக்கு ஓர் அடிப்படை உருவாயிற்று."

"ஆனால் நிலைமை இப்போது மாறிவிட்டது. எங்களை விட்டுப் பிரிந்து சென்றவர்கள் மீண்டும் எங்களுடன் அணிசேரத் துவங்கியுள்ளனர்.

"எங்கள் எல்லைகளில் இடையறாது ஆக்கிரமிப்பு நடவடிக்கைகள் நடைபெற்றுக் கொண்டிருப்பதாலும் பகைவர்களின் சதிவேலை தொடர்ந்து நீடிப்பதாலும் சிறிய அளவிலான சோவியத் படைகள் எங்கள் நாட்டில் இருக்க வேண்டியது அவசியமாகிறது."

"உங்கள் நாட்டில் (ஜெர்மனியில்) நிலப்பிரபுத்துவத்தை உங்கள் முன்னோர்கள் நூறாண்டுகளுக்கு முன்பே உடைத்துவிட்டனர். இப்போது அதே காரியத்தை நாங்கள் செய்து கொண்டிருக்கிறோம். எனவே உங்கள் நாட்டு மக்கள் ஏன் எங்கள் புரட்சியைப் புரிந்து கொள்ளவில்லை?"

இந்தப் பேட்டி இரண்டு அம்சங்களை தெளிவாகக் கோடிட்டு காட்டிவிட்டது.

ஒன்று, மக்கள் மனதைப் பக்குவப்படுத்தும் முன் தொடங்கப்படுகிற சீர்திருத்தங்கள்கூட விரும்பிய பலனை அறுவடை செய்ய உதவாது.

இரண்டு, எவ்வளவு நாள்தான் இறக்குமதி செய்யப்பட்ட சோவியத் ராணுவ உதவியுடன் கலகக்காரர்களை எதிர்கொள்வது?

உதாரணமாக ஒரு சம்பவத்தை இங்கு சுட்டுவது அவசியம்.

மகனை தூக்கிலிட்ட தந்தை

சையது என்ற இளைஞர் குண்டூஸ் மாகாணத்தில் சோர்சார் கிராமத்தைச் சேர்ந்தவர். ஏழாண்டுகள் பள்ளியில் படித்தவர். இவர் மிகவும் ரத்தபந்த பிணைப்புகளைக் கொண்ட மலைஜாதி மக்களின் பிதூர்வழி குடும்பம் ஒன்றில் படித்து வளர்ந்தவர். இவரது தந்தை உள்நாட்டு மக்களைக் கொன்றழிக்கும் கலகக் கூட்டத்தோடு இருந்தார். இவரையும் இவரது தந்தை அந்தக் கும்பலில் ஈடுபடுத்த முயற்சித்தார். சையதுவின் மனதில் கடும் போராட்டம். தந்தையின் பாச ஈர்ப்பு ஒருபுறம், மறுபுறம் தாய்நாட்டு மக்கள் மீதான பாசம். இறுதியில் மனதைத் திடப்படுத்திக் கொண்டு பாதுகாப்புப் படையிடம் தகவல் தெரிவித்துவிட்டார். படை வந்தது. தந்தையின் தலைமையில் இயங்கிய கும்பல் தகர்க்கப்பட்டது. ஆனால், தப்பி ஓடிவிட்ட தந்தை மீண்டும் கிராமத்துக்கு வந்து மகனைத் தேடிப்பிடித்து தூக்குக் கயிற்றில் தொங்கவிட்டார். தற்செயலாக ரோந்துவந்த ராணுவம் அவரை மீட்டது - உயிர் பிழைத்தார்.

இப்படிப் பல நூறு கிராமங்களில் ரத்த பிணைப்புகளுக்குள்ளேயே கசப்புகளும் பகைமையும் புரையோடிடும் நிலை முற்றியது.

சலாமத் அலி மெஹ்தி என்ற இந்தியப் பத்திரிகையாளர் 'புனியாத்' என்ற உருது ஏட்டில் எழுதிய கட்டுரையின் சில பகுதிகள் இங்கு நினைத்துப் பார்க்கத்தக்கவை:

"ஆப்கானிஸ்தான் தொடர்ந்து ஒரு பின்தங்கிய ஏழை நாடாக இருந்தால்தான் இந்த வட்டாரங்கள் தழைக்க முடியும் என்பதே உண்மை. லேவாதேவியில் ஈடுபட்டு, பொருளாதார வாழ்வு முழுவதையும் ஏகபோகமாக்கி பெரும் நிலப்பிரபுக்களை உடமையாகக் கொண்டிருந்த வட்டாரங்களே இவை. இந்த வட்டாரங்களே சாதாரண ஆப்கன் மக்களை மதத்தின் பேரால் சுரண்டி வந்தன. இவர்கள் ஆடம்பரமான மாளிகைகளில் வசித்து வந்தனர். விலை மதிப்புயர்ந்த கம்பளங்களையும் வெள்ளிப் பாத்திரங்களையும் உடமைகளாகக் கொண்டிருந்தனர். ஆனால் தமது ஏழை சகோதரர்களிடம் அவர்களுக்கு எவ்வித அனுதாபமும் இருக்கவில்லை; அவர்களோடு சேர்ந்து நமாஸ் (தொழுகை) நடத்தும் ஓர் உரிமை மட்டுமே அவர்களுக்கு அனுமதிக்கப்பட்டிருந்தது."

இப்படி வறுமை ஒருபுறம்; கலகம் ஒருபுறம்; ஏகாதிபத்திய சதிவலை ஒருபுறம்! என்ன செய்யும் ஆப்கன்? சோவியத் யூனியனும் எவ்வளவு நாள் தாக்குப் பிடிக்க முடியும்? உள்நாட்டிலும் வெளிநாட்டிலும் ஏற்படும் நிர்ப்பந்தங்கள் வேறு. சோசலிச முகாமுக்குள்ளும் பல்வேறு சிதைவுகள் தலை தூக்கத் துவங்கிவிட்டன. சோவியத் படை விரைவில் அங்கிருந்து வாபஸ் பெறப்படும் என்று சோவியத் கம்யூனிஸ்ட் கட்சி மாநாடு அறிவித்தது. 1981 பிப்ரவரி 23ஆம் நாளில் சோவியத் ஜனாதிபதி பிரஷ்னேவ் இதனை அறிவித்தார்.

இஸ்லாமிய போராளிகள் என்கிற போர்வையில் வெளிநாடுகளில் இருந்து ஆட்டுவிக்கப்படும் கலகப்படை நெருக்குதலும் அதிகமானது.

பானை சோற்றுக்கு...

பிரெஞ்சு பத்திரிகையாளர் ரெஜிஸ் ஆபியர் கூறியது மிகச்சரியான சித்திரம்: "ஆப்கனிலுள்ள நிலைமையை இவ்வாறு தொகுத்துக்கூற முடியும். ஒரு பக்கம் அரசாங்கம் மக்கள் அனைவருக்கும் கல்வியளிக்கத் தன்னால் இயன்ற அளவு பாடுபட்டுக் கொண்டு வருகிறது. மறுபக்கம் எதிர்ப்புரட்சியாளர்கள் பள்ளிக்கூடங்களைக் கொளுத்துகின்றனர். ஆசிரியர்களைக் கொலை செய்கின்றனர். சூழ்நிலையை நான் மிகவும் எளிமைப்படுத்திவிட்டதாக சிலர் குறை கூறலாம். ஆனால் ஒரு பானை சோற்றுக்கு ஒரு சோறு

பதமாக ஆப்கன் பிரச்சினையைப் புரிந்துகொள்ள இந்த ஓர் அம்சமே போதும்.” என்றார்.

பாகிஸ்தான் பிரதேசத்திலும் இதர அண்டை நாடுகளிலும் சந்தர்ப்பவசத்தால் சிக்கிக் கொண்டுள்ளவர்கள் தாயகம் திரும்பினால் அவர்களுக்குப் பொது மன்னிப்பு வழங்கப்படும் என புரட்சிக் கவுன்சில் திரும்பத் திரும்ப விடுத்த வேண்டுகோள்கள் செவிடன் காதில் ஊதிய சங்காயின. அந்நிய ஏகாதிபத்திய உதவியும் உள்நாட்டு கஞ்சா கடத்தல் பேர்வழிகள் கூட்டும் அதனை கெட்டிப்படுத்தியது.

நிலைமையை தளர்த்த வேண்டிய காலச்சூழல் உருவானது. சோவியத் யூனியனின் தகர்வு, நிலைமையை மேலும் சிக்கலாக்கியது. கிழக்கு ஐரோப்பிய சோஷலிச நாடுகளில் ஏற்பட்ட சரிவும் அதன் பங்கிற்கு பாதக விளைவுகளை உருவாக்கின. ஏற்கெனவே 1986 ஆம் ஆண்டே பாப்ரக் கார்மல் பதவி விலகிவிட்டார். முகமது நஜிபுல்லா பதவியேற்றுவிட்டார். அதன்மூலம் 84 சதமாக உள்ள சுன்னி முஸ்லீம்களையும் 38 சதமாக உள்ள பத்தானிய பழங்குடியினரையும் சமாதானப்படுத்தலாம் என்று கனவு கண்டனர். ஆனால், அந்தக் கனவும் நொறுங்கியது. எதிர்ப்புரட்சி நடவடிக்கைகள் மேலும் மேலும் தீவிரமாயின. கலகக்குழுக்கள் ஒன்றிணைந்து கூட்டணி அமைத்தன.

1988 ஏப்ரல் மாதம் சோவியத் யூனியன், அமெரிக்கா, ஆப்கானிஸ்தான், பாகிஸ்தான் இடையே ஓர் ஒப்பந்தம் ஏற்பட்டது. அந்நிய நாடுகள் தலையீடின்றி ஆப்கன் மக்களே அவர்கள் பிரச்சினைகளைத் தீர்த்துக் கொள்ள வழி செய்வது என்பதே அந்த ஒப்பந்தம். அதனடிப்படையில் 1989 பிப்ரவரியில் சோவியத் படைகள் திரும்பப் பெறப்பட்டன. மிகைல் கோர்பச்சேவ் இதற்கான ஆணையில் கையெழுத்திட்டார்.

எதிர்ப்புரட்சி கலகக் கொரில்லா குழுக்கள் ஐம்பதிற்கும் மேற்பட்டவை கூட்டணி சேர்ந்தன. முஜாஹிதீன்களின் கூட்டணி புனிதப் போரை அறிவித்தது. நஜிபுல்லா பதவியைத் துறந்து ஐ.நா. காரியாலயத்தில் அரசியல் தஞ்சம் புகுந்தார். (தாலிபான்கள் காபூலைக் கைப்பற்றும் வரை அவர் அங்கு பாதுகாப்பாக இருந்தார்). மிதவாத முஜாஹிதீன் தலைவர் என கருதப்பட்ட புர்ஹானுதின் ரபானி (Burhannudin Rabbani) ஜனாதிபதியாகவும், ஹெக்மத்யார் (Hekmatyar) பிரதமராகவும், அகமது ஷா மசூத் (Ahammed Sha Massod) பாதுகாப்பு அமைச்சராகவும் பொறுப்பேற்றுக் கொண்டனர்.

அமைதி திரும்பியதா? இல்லை. ஒவ்வொரு கலகக்குழுவும் தங்கள் ஆதிக்கத்தை நிலைநாட்ட முயன்றன. நாடு முழுவதற்குமான ஆட்சி என்பது தகர்ந்தது. ஆங்காங்கு பிரதேச யுத்த சண்டியர்கள் (Localwar Lords) கைகளில் ஆதிக்கம் வந்தது. வடக்குப் பகுதியில் ரபானி ஆட்சி செய்தார். அங்கு உணவு தானியம் செல்வதை ஹெக்மத்யார் தடை செய்தார். ஏறத்தாழ எங்கும் குழப்பமும், உள்நாட்டுக் கலவரமுமே மிஞ்சின. பழங்குடி இன மோதல் மட்டுமல்ல. ஷியா, சுன்னி மதமோதலும் வெடித்தது. 50,000க்கும் அதிகமானோர் இந்த கலகக்குழுக்களின் உள்நாட்டுச் சண்டையில் உயிரிழந்தனர். 50 லட்சம் பேர் அகதிகளாக வெளிநாடுகளுக்கு ஓடினர். நாடு முழுவதும் கண்ணி வெடிகள் விதைக்கப்பட்டன. ஆப்கன் என்ற தேசம் எங்கிருக்கிறது என்கிற வினா எழுந்தது? சொந்த மக்கள் ஒருவரோடு ஒருவர் முட்டி மோதி வெட்டிச்சாய ஏகாதிபத்தியம் சந்தோஷக் குதியாட்டம் போட்டது. ஆடுகள் முட்டி மோதி சாவது ஓநாய்களுக்குத்தானே கொண்டாட்டம்! அவர்கள் தங்கள் கையாள் ஓசாமா பின்லேடனை - தாலிபான்களை ஆசீர்வதிக்கத் துவங்கினர்.

5

பிசாசுகள் மாறின பிசாசுத்தனம் அதிகரித்தது

"ஒவ்வோர் இருபத்து நாலு மணி நேரத்திலும் ஏழு பேர் கண்ணி வெடிகளில் சிக்கி எமது நாட்டில் உயிர் இழக்கின்றனர். எச்சரிக்கை. இன்றோ, நாளையோ அந்த ஏழுபேரில் ஒருவராக நீங்கள் சிக்கிவிடாதீர்கள். எச்சரிக்கை"

இப்படியோர் எச்சரிக்கை ஒரு நாட்டின் எல்லையில் எழுதி நட்டு வைக்கப்பட்டிருக்குமானால் அந்த நாட்டின் காயம் எப்படிப்பட்டதாக இருக்கும்?

ஆப்கன் எல்லையில் தோஹாரூன் (Dogharoon) சுங்கச்சாவடி அருகே உள்ள எச்சரிக்கை வாசகம்தான் இது.

கடந்த 20 ஆண்டுகளில் ஆப்கனில் சுமார் 2.5 லட்சம் பேர் யுத்தத்துக்குப் பலியாகி உள்ளனர். நேரடியாக யுத்தக் களத்தில் செத்தவர்கள், கண்ணி வெடிகளில் சிக்கி இறந்தவர்கள், பஞ்சத்தில் உயிர் இழந்தவர்கள் உட்பட அந்நாட்டு மக்கள் தொகை வேகமாகக் காணாமல் போகிறது.

வேறுவகையில் சொல்வதானால் ஆப்கனில் ஆண்டுக்கு 1,25,000 பேர் அதாவது ஒரு நாளைக்கு 340 பேர் அதாவது ஒரு மணி நேரத்தில் 14 பேர் அதாவது 5 நிமிடத்திற்கு ஒருவர் யுத்தப் பேய்க்கு - கலகப் பிசாசுக்குப் பலியாகின்றனர்.

சுமார் 63 லட்சம் பேர் அகதிகளாக அண்டை நாடுகளில் சோற்றுக்கும் துணிக்கும் கையேந்தி நிற்கும் கொடுமை. மொத்த மக்கள் தொகையில் 30 சதம் பேர் இப்படி அகதிகளாக விரட்டியடிக்கப்பட்ட நாடு ஆப்கனாகத்தான் இருக்கும். ஏற்கெனவே 10 சதம் மக்கள் செத்துவிட்டனர். மீதமுள்ள 60 சதம் பேரும் ஒவ்வொரு நிமிடத்தையும் மரண பீதியோடுதான் கழிக்க வேண்டியுள்ளது. அங்கு புதைக்கப்பட்டுள்ள கண்ணி வெடிகளை அகற்ற முயற்சித்த கனடா நாட்டு நிபுணர் குழு சோர்ந்துவிட்டது. ராணுவம் புதைக்கும் கண்ணி

வெடிகளை அடையாளம் காண வழி உண்டு. கலகக்காரர் குழுக்கள் போட்டிக் குழுக்கள் மாறிமாறி யார் யார் எங்கு விதைத்தார்கள் என்பதை யாரறிவார்? கண்ணி வெடிகளின் தேசமாக அல்லவா அது உள்ளது?

ஆப்கனில் ஓர் ஆட்சியே கிடையாது. ஆங்காங்கு யுத்த சண்டியர்களின் காட்டு தர்பார்; ஆயினும் காபூலை ஆண்ட ரபானியின் தர்பாரும் தொடர்ந்தது. அமெரிக்கா உள்பட பல நாடுகள் ரபானி அரசையே அங்கீகரித்திருந்தன. இந்தியாவும் ரபானி அரசை அங்கீகரித்திருந்தது.

ஏகாதிபத்தியம் தன் யுத்த நலனுக்கும் எண்ணெய் கொள்ளைக்கும் இந்த ஏற்பாடும் போதுமானதல்ல என்கிற கவலையோடு புதிய கைப்பாவைகள் மீது கவனத்தை திருப்பியது.

தாலிபான்கள் : ஓர் அமெரிக்க தயாரிப்பு

தாலிபான்கள் (Taliban) என்றால் பத்தானிய இனக்குழுவின் ‘மாணவர் படை’ என்றே பொருள். 1993இல் பாகிஸ்தானில் மதரஸா (Madrassa) எனப்படுகிற இஸ்லாமிய பள்ளிகளில் பயின்ற மாணவர்களில் இருந்து இது உருவாக்கப்பட்டது. சுன்னி முஸ்லீம் பிரிவைச் சேர்ந்தது. ஆப்கனில் 84 சதம் பேர் சுன்னி முஸ்லீம் பிரிவைச் சேர்ந்தவர்களாக இருந்ததும் 38 சதம் பேர் பத்தானிய பழங்குடி இனத்தைச் சேர்ந்தவர்களாக இருந்ததும் இந்த தாலிபான்களுக்கு மிகவும் சாதகமான அம்சமாக இருந்தது. அமெரிக்கா, பிரிட்டன் நாடுகளின் நிதி மற்றும் ஆயுத உதவியுடனும் பாகிஸ்தானில் செயல்படும் ஐ.எஸ்.ஐ. எனப்படுகிற உளவு ஸ்தாபன வழிகாட்டுதல்களின்படியும் தாலிபான்கள் ராணுவப் பயிற்சியும் மத அடிப்படைவாதப் பயிற்சியும் பெற்றனர். 1994 இல் தாலிபான்களின் எழுச்சி ஆப்கனில் புதிய சூறைக்காற்றாக எழுந்தது. பாகிஸ்தானிலுள்ள தாலிபான் பயிற்சி முகாமில் பங்கேற்ற பாக்.. பிரதமர் பேநசீர் புட்டோ, இம்முகாம்களுக்கு உதவும் அமெரிக்காவுக்கும் பிரிட்டனுக்கும் நன்றி பாராட்டியது தற்செயலானது அல்ல.

1997ஆம் ஆண்டு லண்டனில் இருந்து வெளிவரும் ‘தி நேஷன்’ என்ற ஆங்கில நாளேட்டிற்கு பேநசீர் புட்டோ அளித்த பேட்டி முக்கியமானது. தெற்காசிய நாடுகளுக்கான அமெரிக்க அமைச்சரான ராபின் ரஃபெலும் பாக். உளவு அமைப்பான ஐ.எஸ்.ஐ.யும் திட்டம் வகுத்துத்தான் தாலிபான்களை ஆட்சிக்கு கொண்டு வந்ததாக பேநசீர்

புட்டோ தெரிவித்தார். தாலிபான்கள் ஆட்சிக்கு வர ஒசமா பின் லேடனும் அங்கு தாலிபான்களோடு இணைந்து போராடினான்.

காபூலில் தாலிபான்கள்

1994-96களில் 30 மாகாணங்களில் 27 மாகாணங்கள் தாலிபான் கைக்கு வந்தன. முல்லா முகமது ஓமர் தலைமையில் காந்த காரில் இருந்த தாலிபான் நாடு முழுக்க தம் பிடியை இறுக்கியது. மசூத் தலைமையிலான தஜிக்ஸ்கள், அப்துல் ரஷீத் தோஸ்தம் தலைமையிலான உஸ்பெக்குகள், கரீம் கலீலி தலைமையிலான ஷெயித் ஹஜரா ஆகிய குழுக்கள் வடக்கிலிருந்து தாலிபான்களை எதிர்த்துப் போராடின. மசூத் தலைமையிலான கூட்டணிக்கு ஈரான், ரஷ்யா உட்பட சில நாடுகளின் உதவி கிடைத்தது. 1996 செப்டம்பர் மாதம் தாலிபான்கள் காபூலைக் கைப்பற்றினர்.

காபூலைத் தாலிபான்கள் கைப்பற்றியதும் அவர்களின் மிருக வெறி உலகுக்குத் தெரிந்தது. நஜிபுல்லாவை ஐ.நா. புகலிடத்திலிருந்து இழுத்து வந்து குரூரமான முறையில் கொலை செய்தனர். அந்த கோரச்சம்பவத்தை முன் அத்தியாயத்தில் பார்த்தோம். அதுமட்டுமல்ல தாலிபான்கள் ஆட்சி முஸ்லீம் ஷரியத் சட்டத்தை கறாராக அமலாக்குவது என்கிற பெயரால் நாடு முழுவதும் கடும் நடவடிக்கைகளை எடுக்கத் துவங்கியது.

அதேசமயம் பல்வேறு குழுக்கள் இடையே நடந்த உள்நாட்டு யுத்தத்தில் நொறுங்கிக் கிடந்த மக்கள் சமாதானத்திற்காக ஏங்கினார்கள். தினசரி தம் கடை சூறையாடப்படக்கூடாது என்று கடைக்காரர்கள் விரும்பினர். பட்டினியோ, பசியோ நம்மோடு போகட்டும்; நமக்குள் அமைதியாகக் கிடப்போம் என்கிற மனோநிலை ஆப்கனில் உருவாக்கப்பட்டுவிட்டது. மதசம்பிரதாயங்களை கறாராக கடைப்பிடிக்காததால் தான் அல்லா நம்மை தண்டித்து வருகிறார். எனவே, முழுமையாக இஸ்லாமுக்கு திரும்புவோம் என்று தாலிபான்கள் செய்த பிரச்சாரம் படிப்பறிவற்ற பழங்குடி மக்களிடையே எடுபட்டது. முல்லா ஓமர் மதத்தின் பெயரால் மக்களை அடக்கி ஒடுக்கினார். எப்படியோ ஆப்கன் ஒரு தேசமாக இருப்பதை விரும்பியவர்கள் இருந்தனர். பாகிஸ்தான், சவூதி அரேபியா, ஐக்கிய அரபுக் குடியரசு ஆகிய நாடுகள் மட்டுமே தாலிபான்களை அங்கீகரித்தன. ஐ.நா.சபையோ இன்னும் ரப்பானி அரசையே அங்கீகரித்தது. மசூத் தலைமையிலான கூட்டணி 5 முதல் 10 சதம் ஆப்கன் பகுதிகளிலேயே செயல்பட முடிந்தது.

காட்டுமிராண்டி யுகம் நோக்கி...

சவூதி அரேபியா மாதிரி ஆப்கனும் தாலிபான் தலைமையில் ஒரு மன்னராட்சியாகத் திகழும். அங்கு நாடாளுமன்றம் இருக்காது. தேர்தல் இருக்காது. ஜனாதிபதி இருக்கமாட்டார். ஷா எனப்படுகிற சர்வாதிகார மன்னர் இருப்பார். நம்மோடு நட்புறவோடு இருப்பார். நாம் ஆப்கனில் புகுந்து எண்ணெய் வளத்தை உறிஞ்சலாம். நமது கூட்டாளியாக தாலிபான் திகழும் என்கிற மயக்கத்திலேயே அமெரிக்காவும் பிரிட்டனும் அங்கு நடப்பதை கண்டுகொள்ளவில்லை. தாலிபான் ஆட்சி ஆப்கனை காட்டுமிராண்டி யுகத்துக்கு திருப்பிக் கொண்டிருந்தது.

மத ஒழுக்கம் என்கிற பெயரால் தண்டனைச் சட்டங்கள் கடுமை யாக்கப்பட்டன. திருடினால் கை வெட்டப்படும். பொய் சொன்னால் வாய் தைக்கப்படும். கலப்படப் பேர்வழிகள் தூக்கிலிடப்படுவார்கள் போன்ற அறிவிப்புகள் கடுமையான ஒழுக்கக் கட்டுப்பாடுகள் என கூறப்பட்டன. நடைமுறையில் விசாரணையின்றி விருப்பு வெறுப்புகளுக்கு ஏற்ப இந்தத் தண்டனைகள் வழங்கப்பட்டன. மதகுருமார்களே சமூகத்தின் உயர்ந்த பீடத்தில் அமர்த்தப்பட்டனர். அவர்கள் சொல்வதே சட்டமாக, தண்டனையாக மாறியது.

சினிமா தியேட்டர்கள், நாடக அரங்குகள், கேளிக்கை விடுதிகள் மூடப்பட்டன. வாய்ஸ் ஆஃப் தலிபான் ரேடியோ தினசரி இரண்டு மணி நேரம் நிகழ்ச்சிகளை ஒலிபரப்பும். தாலிபானின் வெற்றிச் செய்திகளும் வழங்கப்பட்ட கடும் தண்டனைச் செய்திகளும், அச்சுறுத்தும் அறிவிப்புகளும், மதபோதனைகளும் மட்டுமே அதில் இடம்பெற்றன. இசைகூட மதத்துக்கு விரோதமானது. நடனமும் நாடகமும் விரோதமாயின.

ஷரியத் (Shariat), ஹிவாட் (Heevad) அனீஸ் (Anise) என்கிற மூன்றே செய்தி ஏடுகள்தாம் உண்டு. அவற்றிலும் படங்கள் கிடையாது. சினிமா தியேட்டர்கள் கிடையாது. முன்பு இருந்தவையும் மூடப்பட்டன. இந்தியாவிலிருந்து வரும் இந்திப்படங்கள் இந்நாட்டில் பெரும் வரவேற்பை ஒரு காலத்தில் பெற்றிருந்தன. அவை சுத்தமாக நின்றுவிட்டன. ஆப்கன்பற்றி எடுக்கப்பட்ட ராம்போ (Rambo) திரைப்படம்பற்றி அந்நாட்டு மக்களில் 99 சதவீதத்தினருக்கு தகவல்கூட தெரியாது.

மேற்கத்திய பாணியில் உடையணிந்து சிகையலங்காரம் செய்து கொண்ட விடலைப் பிள்ளைகளின் விரல்கள் வெட்டப்பட்டன.

ஆப்கன் முஸ்லீம் பெண்கள் முகத்தையும், உடலையும் முழுமையாக மறைக்கும் பர்தா அணியும்படி கட்டாயப்படுத்தப்பட்டனர். அணியாத பெண்கள் சவுக்கடிக்கு ஆளானார்கள். இதர மதப்பெண்கள் மஞ்சள் உடை அணிய கட்டாயப்படுத்தப்பட்டார்கள்.

பர்தா இருட்டில் பெண்கள்

ஆண்கள் மேலாதிக்கம் உள்ள சமூகமாகவே ஆப்கன் நெடுங்காலமாக இருந்து வந்துள்ளது. அமானுல்லாகான் ஆட்சிக் காலத்திலும் 1920களில் மிகக் குறுகிய காலத்திற்குப் பலதார மணம் தடை செய்யப்பட்டது. கல்விக்கண் திறக்கப்பட்டது. பின்னர் ஏப்ரல் புரட்சிக்குப் பிறகே கல்விதீபம் பெண்களுக்கு கிடைத்தது. அப்படியிருந்தும் 5 சதம் பெண்களே அதைப் பெற்றனர். மீதமிருந்த 95 சதம் பேருக்கு அது கிட்டவில்லை. தாலிபான்கள் அந்த 5 சதம் அறிவு தீபத்தையும் அணைத்தனர். பெண்கள் கல்வி கற்பது அல்லாவுக்கு விரோதமான குற்றமாகப் பார்க்கப்பட்டது. வாகனம் ஓட்டுவதோ, சினிமா பார்ப்பதோ பெண்கள் செய்யத்தகாத காரியமாக கருதப்பட்டது. முற்போக்கான ஆட்சி இருந்த காலத்திலேயே பெண்களுக்கு வாக்குரிமை வழங்க காலம் கனியவில்லை என்ற நிலை இருந்தபோது தாலிபான்களா வழங்குவார்கள்?

பசி, ஆப்கன் மக்களை பிடுங்கித் தின்றது. பர்தாவுக்குள் இருந்த கைகள் பிச்சைக்கு நீண்டபோது அங்கே யாருக்கும் அது வெட்ககரமான காரியமாகப் படவில்லை.

பத்து வயதுப் பெண்ணை கட்டிக் கொடுக்க எட்டு வயது பெண் ஒருத்தியை சீதனமாகக் கொடுக்கிற கோரம் நடந்தது. சின்ன வயதில் பெண்கள் திருமணம் செய்விக்கப்பட்டனர். ஆண் வயதைவிட 30 முதல் 50வயதுவரை குறைவாகவே மணப்பெண் இருந்தாள். அகதி முகாம்களில்கூட இப்படிப்பட்ட திருமணக் காட்சிகள் நடந்தேறின. பெண்ணை, தன் வீட்டிலிருந்து இன்னொரு வீட்டிற்கு தள்ளிவிடும் உபாயமாகவே திருமணம் ஆகிப்போனது.

நவீன துப்பாக்கிகள் மட்டுமே அவர்கள் அறிந்த நவீனமயம். வேலை வாய்ப்பு இல்லை. தொடர்ந்து வந்த கடும் வறட்சி ஆப்கனை நார்நாராய் கிழித்துப் போட்டுவிட்டது. 1986-89ஆம் ஆண்டுகளில் சுமார் 2.2 கோடி ஆடுகள் ஆப்கனில் இருந்தன. அந்த கால்நடைச் செல்வம்தான் பழங்குடி மக்களின் மேய்ச்சல் வாழ்வின் ஆதாரம். கடும் வறட்சி அந்தக் கால்நடைச் செல்வங்களை விழுங்கி

ஏப்பம் விட்டது. தப்பிப் பிழைத்திருந்த கால்நடைகள் கண்ணி வெடிகளில் தம் மூச்சை முடித்துக்கொண்டன.

வாழ மூன்றே வழி...

ஆப்கன் மக்கள் எப்படி வாழ்வர்? மூன்றே மூன்று வாசல்கள் மட்டுமே அவர்கள் முன்பு இருந்தன.

ஒன்று: அண்டை நாடுகளுக்கு ஓடிப்போய் அகதிகளாய் அல்லல்படுவது.

இரண்டு: தாலிபான் படையில் சேர்வது.

மூன்று: கஞ்சா கடத்துவது.

அகதி முகாம்களில் ஒரு வயது குழந்தை முதல் எண்பது வயது கிழம் வரை ரொட்டித் துண்டுக்காக மணிக்கணக்கில் காத்துக் கிடந்தனர். ஆண், பெண் இருபாலரும் இப்படித்தான். அந்த அகதிமுகாமில் கூட இரண்டு பழங்குடி குழந்தைகள் ஒன்றாக விளையாட முடியாது. ஒரே நேரத்தில் மருத்துவம் செய்ய முடியாது. ஏன், ஒன்றாக அமர்ந்து தொழுகை நடத்தக்கூட முடியாது. பஞ்சமும் நோயும் இவர்களுக்காகவே அல்லா சிருஷ்டித்தாரோ என்கிற ஐயம் எழும். ஆப்கன் மக்கள் தொகையில் 30 சதம் ஏறத்தாழ 64 லட்சம் மக்கள் இப்படி அண்டை நாடுகளில் பிச்சைக்காரர்களாக வாழ்ந்தனர். அதிகாரப்பூர்வமான அகதி முகாம்கள் மட்டுமல்ல; அதிகாரப்பூர்வமற்ற அகதிகள் அண்டை நாடுகளில் கடைவீதிகளில் பிச்சை கேட்டு நிரந்தர தரித்திரராய் திரிந்தனர்.

பிச்சை வேண்டாம் என எண்ணிய இளைஞர்களின் வயிற்றை பசி கிள்ளியது. கண் பஞ்சடைந்தது. தாலிபான் பள்ளிகள் அவர்களை அழைத்தன. அவர்களுக்கு தினசரி ஒரு ரொட்டித் துண்டு ஒரு கப் சூப் கிடைக்கும். குரானில் சில வசனங்கள் மனப்பாடம் செய்ய சொல்லித் தரப்படும். அப்புறம் தாலிபான் ராணுவ சேவையில் துப்பாக்கியைத் தோளில் ஏந்தி இரவு பகலாய் திரியவேண்டும்.

அடுத்து கஞ்சா. பணம் காய்க்கும் செடி இதுதான். பயங்கரவாதிகள் கையில் உள்ள கஜானா இதுதான். உலகெங்கும் - அமெரிக்கா, நெதர்லாந்து, இந்தியா உள்பட 180 கோடி மக்கள் கஞ்சா, அபினி போதையில் மயங்கிக் கிடக்கிறார்கள். தேவையான கஞ்சா மற்றும் அபினியை தருகிற நாடுகள் இரண்டே. அவற்றில் ஒன்றுதான் ஆப்கானிஸ்தான். இங்கிருந்து மட்டும் உலகத்தேவையின் 80 சதம் கஞ்சா, அபின் கடத்தப்படுகிறது. ஆப்கனிலிருந்து வருடம் ஒன்றுக்கு 50 கோடி டாலர் மதிப்புள்ள கஞ்சா, அபின் கடத்தப்படுகிறது.

ஆனால் அது உண்மையில் வெளிநாடுகளில் எட்டாயிரம் கோடி டாலருக்கு விற்பனை ஆகிறது. அதாவது 160 மடங்கு அதிக விலைக்கு விற்பனை ஆகிறது. இதிலும் அந்த பின்தங்கிய பழங்குடியினர் வஞ்சிக்கப்படுகின்றனர். ஆயினும் கிடைக்கிற பல லட்சம் கோடி டாலரும் மீண்டும் யுத்த தளவாடங்கள் வாங்குவதன் மூலம் ஏகாதிபத்திய நாடுகளுக்கே போய்ச் சேருகின்றன.

ஒரே உடலின் உறுப்புகள்

ஆப்கன் மக்களுக்கு கிடைத்தது யுத்தம்-பசி-நோய்-ஏமாற்றம் - தொழுகை வேறெதுவும் இல்லை.

அகதிகளுக்கான ஐ.நா.ஹை கமிஷனர் சடாகோ ஒகடா (Sadoko ogata) ஒருமுறை மனம் நொந்து கூறினார்: *“புத்தர் சிலைகள் தகர்க்கப்பட்டதை உலகெங்கும் உள்ள தொலைக்காட்சிகள் திரும்பத் திரும்ப காட்டுகின்றன. ஆனால் பட்டினியில் சாகும் பல லட்சம் ஆப்கானியர்கள் பற்றி உலக சமூகம் - நாகரிக சமூகம் ஏன் வாய் மூடி மவுனியாகிவிட்டது?”*

ஐ.நா. சபை கட்டட முகப்பில் ஒரு வாசகம் உண்டு . *“All people are limbs of one body”* எல்லா மனிதர்களும் ஒரே உடலின் உறுப்புகள் என்பதே அதன் பொருள். இதை எழுதியவர் சத்தீ. அவர் இப்போது ஆப்கனைப் பார்த்தால் அந்த கவிதையைத் தானே புதைத்து விடுவார்.

பின்லேடன் வந்த கதை

சோகமே வாழ்வாகிப்போன ஆப்கனுக்கு ஓசாமா பின்லேடன் எப்படி வந்தான் - ஏன் வந்தான் என்பது ஒரு தனிக்கதை.

பின்லேடன் படிப்பறிவற்ற மூடன் அல்ல. அவன் ஒரு சிவில் இன்ஜினியர் என்றால் சிலருக்கு வியப்பு வரலாம். உண்மை அதுதான்.

ஓசாமா பின்லேடன் என்ற ஓசாமா முஹமத் பின்லேடன் 1955 இல் பிறந்தான். அவனது தந்தை முகமத் அவாத் பின்லேடன். அவர் ஏமன் நாட்டைச் சேர்ந்தவர். அவரது நாலாவது மனைவி ஹமீதா பாலஸ்தீனத்தைச் சேர்ந்தவர். பிழைப்புத் தேடி இக்குடும்பம் ஏமனைவிட்டு வெளியேறியது. அதற்குக் காரணங்கள் உண்டு. 1967இல் ஏமன் நாட்டில் சோவியத் யூனியனுக்கு ஆதரவான ஆட்சி வந்தது. பிரிட்டிஷ் வர்த்தகர்களும், காண்டிராக்டர்களும் அங்கு கொள்ளையடிக்க முடியாது என்பதால் வெளியேறினர்.

ஏமனைவிட்டு வெளியேறிய குடும்பம் சவூதி அரேபியா வந்தது. அங்கு மன்னர் குடும்பத்துடன் நெருங்கிப் பழகினர். கட்டுமானக் கம்பெனி துவங்கினர். மெக்கா, மதீனா நகரங்களைப் புதுப்பிக்கும் பணி அவர்களுக்குக் கிடைத்தது. பணம் மலைமலையாய் குவிந்தது. சவூதி அரசருக்கு அடுத்தபடியாக அந்நாட்டு பெரும் பணக்காரராக பின்லேடன் குடும்பம் வளர்ந்தது. 500 கோடி டாலர் (5 பில்லியன் டாலர்) சொத்து அக்குடும்பத்துக்கு சொந்தம். இதில் ஒசாமா பின்லேடன் பங்கு மட்டும் 30 கோடி டாலர். (300 மில்லியன் டாலர்) என்று கூறப்படுகிறது.

17வது மகனான பின்லேடன் தன் இதர சகோதரர்களைப் போல மது, மாது எனத் திரியவில்லை. அல்லது பாலஸ்தீனியரான அவரது தாயின் நவீன ரசனைகளும் பின்லேடனுக்குப் பிடிக்கவில்லை. சையத் குதுப், அப்துல் அஸ்லாம் போன்ற மத அடிப்படைவாதிகள் அவனது குருவானார்கள். மேற்கத்திய நாகரிக மோகத்துக்கு இஸ்லாமும் இஸ்லாமிய நாடுகளும் அடிமையாகிப் போவதை எண்ணி மனங்குமைந்த இந்த மத அடிப்படைவாதிகள் இஸ்லாம் புனிதம் பற்றி பேசினர். இந்த மதப்புனிதம் என்கிற காந்தம் இளைஞர்களை ஈர்த்தது. 1979 ஆம் ஆண்டு நவம்பர் மாதம் மெக்கா பெரிய மசூதியை மத அடிப்படைவாதிகள் தங்கள் கட்டுப்பாட்டின் கீழ் கொண்டுவந்தனர். "உண்மையான முஸ்லீம்கள்" என்று இவர்களை பின்லேடன் குறிப்பிடுவது வழக்கம். ஈரானில் ஷா மன்னர் ஆட்சி கவிழ்க்கப்பட்ட சூழல்; ஆப்கனில் பாப்ரக் கார்மல் தலைமையிலான மக்கள் ஜனநாயக அரசு அழைப்பின் பேரில் சோவியத் படை அங்கு சென்ற சூழ்நிலையில் அதை எதிர்த்துப் போராட பின்லேடன் அனுப்பப்பட்டான். இதுபற்றி மீண்டும் குண்டுகள் வெடிப்பும் எதிர்காலமும் (Bombs Blowback and the furture) எனும் புத்தகத்தில் தாரிக் அலி, பின்லேடன் ஆப்கன் வந்த விஷயத்தை வேறு வார்த்தைகளில் சொல்கிறார். அவரது கருத்துப்படி, பாலஸ்தீன, இஸ்லாமிய அமைப்பான ஹமாஸின் தலைவராலும் எகிப்திய இஸ்லாமிய தீவிரவாதிகளாலும் பயிற்றுவிக்கப்பட்டவர் பின்லேடன். இதை மோப்பம் பிடித்த அமெரிக்க உளவுப்பிரிவான சிஐஏ தனது நோக்கத்தை நிறைவேற்ற பின்லேடனை ஆப்கானிஸ்தானில் களமிறக்கியது. இந்த புனிதப்போரில் சவூதி மன்னரை ஈடுபடுத்த அமெரிக்கா விரும்பினாலும் மன்னர் ஒசாமா பின்லேடனையே சிபாரிசு செய்தார் என்ற செய்தியும் உண்டு. எப்படியோ பின்லேடனுடன்

தாலிபான்களையும் சேர்த்து இஸ்லாமிய தேசியவாதம் பேசி அமெரிக்கா ஆப்கனில் மூக்கை வலுவாக நுழைத்தது.

இதற்கிடையில் ஆப்கன், துர்க்மெனிஸ்தான் எல்லையில் பெட்ரோல் வளம் பெரிதும் இருப்பது கண்டுபிடிக்கப்பட்டது. பைப்லைன் மூலம் தெற்காசிய நாடுகளுக்கு பெட்ரோல் விற்க ஆப்கன் நாடு தன் கட்டுப்பாட்டில் இருக்க வேண்டியது அவசியம் என்ற எண்ணமும் அமெரிக்காவுக்கு வலுப்பட்டது. ஏற்கெனவே ராணுவ ரீதியில் ஆப்கன் அவசியத்தை அது உணர்ந்திருந்தது. இப்போது எண்ணெய் பற்றிய புதிய தகவல்கள் வர்த்தக நோக்கத்தை மேலும் தீவிரப்படுத்தின. ஆக ராணுவ நோக்கம், பெட்ரோல் கொள்ளை என்ற இரட்டை நோக்குடன் ஆப்கனில் தம் கைப்பாவையாக தாலிபானின் பொம்மை அரசு உருவாக வேண்டும் என்று அமெரிக்கா திட்டமிட்டது.

1980களில் ரேடியோ லிபர்ட்டி, ரேடியோ ஃப்ரீ ஈரோப் போன்ற மேற்கத்திய வானொலிகள் தங்கள் ஒலிபரப்பில் புனித இஸ்லாம் பற்றி கதைத்து புனிதப்போருக்கு முஸ்லீம்களை உசுப்பிவிட்டன.

மெக்தாப் - அல் - கிடாமட்

ஆப்கனில் களம் இறங்கிய பின்லேடன், அமெரிக்கா, எகிப்து, சவூதி அரேபியா, பாகிஸ்தான் உட்பட ஐம்பதுக்கும் மேற்பட்ட நாடுகளில் இருந்து திரட்டப்பட்ட 30 ஆயிரம் பேருடன் தன் பணியைத் துவக்கினான். பாகிஸ்தானிலுள்ள பெஷாவரில் தான் இதன் தலைமையிடம் அமைந்தது. அப்துல் ஆஸமுடன் இணைந்து இவன் உருவாக்கிய இயக்கம் "மெக்தாப் - அல் - கிடாமட்" (எம். ஏ. கே.). இதனை உருவாக்குவதில் அமெரிக்கா பெரும் பங்கு வகித்தது. பணம் எப்போதும் பின்லேடனுக்கு பெரும் பிரச்சினையாக இருந்ததில்லை. உலகெங்குமுள்ள இஸ்லாமிய வர்த்தகர்களும் பெருந்தனக்காரர்களும் அள்ளிக் கொடுத்தனர். அவனிடமும் பெரும் பணம் உண்டு. தேவை ஆயுதங்கள்; பயிற்சி அதற்கு சிஐஏ உதவியது.

ஜான் கோலி என்ற அமெரிக்க பத்திரிகையாளர் தாம் எழுதிய கேடு கெட்ட யுத்தம்: ஆப்கானிஸ்தான், அமெரிக்கா, சர்வதேச பயங்கரவாதம் (Unholy war: Afganistan, America and international Terrorism) என்ற புத்தகத்தில் நிறைய விவரங்கள் தருகிறார்.

கொரில்லா பயிற்சி, நகரங்களைத் தாக்கி அழித்தல், சீர்குலைத்தல், நவீன ரகசிய தகவல் தொடர்பு, சர்வதேச வங்கிகளில் ரகசியமாக பணப்பரிமாற்றம் என பல பயிற்சிகளை சி.ஐ.ஏ.வும் ஐ.எஸ்.ஐ.யும் வழங்கின.

அதுமட்டும் போதாது என்பதால் நிகரகுவாவில் ஆண்ட சாண்டினிஸ்ட் சோஷலிஸ்ட் ஆட்சியை ஒழிக்கப் பிற்போக்கு காண்ட்ராஸ் படைக்கு வர்ஜீனியாவில் அமெரிக்கா பயிற்சி அளித்தது. அங்கு பின்லேடன் அனுப்பிய இளைஞர்களுக்கு மிக நவீன சீர்குலைவு பயிற்சி அளிக்கப்பட்டது. பயங்கரவாதம் அமெரிக்க மண்ணில் பயிற்றுவிக்கப்பட்டது. ஆப்கானியர்கள், அராபியர்கள், ஜோர்டானியர்கள், எகிப்தியர்கள் உட்பட ஒரு லட்சம் இளைஞர்கள் இவ்வாறு பயிற்சி பெற்றதாகக் கூறப்படுகிறது.

ஆண்டுக்கு அறுபதாயிரம் டன் நவீன ஆயுதங்களையும் வெடி மருந்துகளையும் அமெரிக்க சி.ஐ.ஏ இவர்களுக்கு வழங்கியது.

"அல்கொய்தா" - உருவானது

இதற்கிடையில் கருத்து மாறுபாடுகளால் மெக்தாப்-அல்-கிடாமட் (எம். ஏ. கே.) அமைப்பை விட்டு விலகி "அல்கொய்தா" என்கிற அமைப்பை பின்லேடன் உருவாக்கினான். எம்.ஏ. கே. அமைப்பின் தலைவர் அப்துல் ஆஸம் வெடி விபத்தில் கொல்லப்பட்டதாக செய்தி வெளியானது. உண்மை யாரறிவார்? எம்.ஏ.கே. அமைப்பே காலி கூடாரமானது. அல்கொய்தா விருட்சமானது. காணாமல் போனவர்களைக் கண்டுபிடிக்கும் இயக்கம் என்பதே அல்கொய்தாவின் பொருள். இன்று உலகம் முழுவதும் 40 நாடுகளில் ஒரு லட்சம் பயிற்சி பெற்ற அல்கொய்தா அமைப்பினர் - பின்லேடன்கள் உள்ளனர். ஆக அமெரிக்கா விதைத்த நச்சுவிதை நச்சு மரமாகிவிட்டது.

1989 இல் சோவியத் படை ஆப்கனில் இருந்து வெளியேறியதும் பின்லேடனும் மூட்டை முடிச்சுகளுடன் சவூதி புறப்பட்டுவிட்டான். அவன் பயணம் முடியவில்லை .

தாலிபான்கள் ஆட்சியின் லட்சணம் ஆப்கன் மக்களுக்குப் புரிந்தது. 1998 இல் தாலிபான்கள் ஷரியத் சட்டத்தை கறாராக அமலாக்குவது என்ற பெயரில் சவூதி அரேபியாவில் வஹாபியிசத்தைப் போன்ற பழமைப் போக்கை உயர்த்திப் பிடித்தனர். இது பின்லேடனுக்கு பிடித்திருந்தது. அவன் எங்கிருந்தாலும் தாலிபான்களை ஆசீர்வதித்துக் கொண்டிருந்தான்.

மீண்டும் மீண்டும் சொல்லப்படுகிற வாதங்களில் ஒன்று - தாலிபான்கள் வந்தது ரஷ்ய ஆதிக்கத்தை எதிர்ப்பதற்காகவே என்பது.

ஆப்கன் மீது சோவியத் ராணுவம் தாக்கியதா? மக்கள் வாழும் இடங்களில் குண்டு வீசியதா? பாலங்களை, அணைகளை, பள்ளிக் கூடங்களை தகர்த்ததா? தீவைத்ததா? அவர்கள் அங்கு என்ன சேதாரம் விளைவித்தார்கள் என்கிற கேள்விக்கு இதுவரை ஏகாதிபத்தியம் கறாரான விவரங்கள் எதையும் வெளியிடவில்லை.

திருமதி அனாஹிதா ரதேப்ஜா, 1981 இல் கண்ணீர் மல்க அல்-சாபீர் ஏட்டுக்கு அளித்த பேட்டியின் வாசகங்கள் இப்போதும் பொருந்தும்:

> *"வறுமையில் வாடித் தவிக்கும் நாங்கள் சமாதானத்தை விரும்புகிறோம். எங்கள் தாயகத்தை புனர்நிர்மாணம் செய்வதற்கு பன்னூறு ஆண்டுகால ஒடுக்குமுறை தளைகளில் இருந்து எங்களை விடுவித்துக் கொள்வதற்கு, இந்த நூற்றாண்டைச் சார்ந்த நவீன சமுதாயத்தை அமைப்பதற்கு எங்களுக்கு சமாதானம் என்பது ஒவ்வொரு வினாடியும் தேவை. எங்களுக்கு சமாதானம் என்பது டம்பமான சொல் அல்ல. சமாதானம் எங்களுக்கு காற்றையும் நீரையும் போன்றது. அதுவே எங்கள் உயிர் மூச்சு ,"*

ஆம். ஆப்கன் மக்கள் தாலிபான் ஆட்சியிலும் அதனைத் தேடினர். கிடைக்கவில்லை. ஏகாதிபத்தியங்கள் ஆப்கனை வாழவிடவில்லை.

6

செப்டம்பர் 11-ன் முன்பும் பின்பும் வேகமான காட்சி மாற்றங்கள்

பர்தாவில் பெண்கள் மறைந்திருப்பதிலும் ஒரு வசதி இருக்கிறது; ஒட்டி உலர்ந்த கன்னங்களையும், குழிவிழுந்த கண்களையும், சூம்பிப்போன மார்பையும் சப்பிப்போட்ட பனங்கொட்டையாகிப்போன வாழ்வையும் வெளி உலகுக்குக் காட்டாமல் இருட்டுக்குள் முகம் மறைத்து திரியலாமே! இப்படி அங்குள்ள வாழ்வின் அவலம் குறித்து ஒருவர் புலம்பினார். என்ன செய்ய முடியும்? தாலிபான்கள் ஆணையை மீற முடியுமா?

தற்போது ஆப்கானிஸ்தானத்தில் பெண் மருத்துவர்களே இல்லை. ஒரு பெண், மருத்துவரை சந்தித்து வைத்தியம் செய்து கொள்ளப் போனால் தனியாகப் போகக்கூடாது. தந்தை அல்லது கணவன் அல்லது சகோதரனை அழைத்துக்கொண்டே செல்ல வேண்டும். அவர்கள் மூலமே மருத்துவரிடம் உரையாட முடியும். பெண்களுக்கென்றே உள்ள பிரத்தியேக பிரச்சினைகளை இப்படிப் பேசி வைத்தியம் செய்திட முடியுமா? தாலிபான்கள் இப்படியெல்லாம் யோசிக்கக்கூடிய வகையறாக்கள் அல்லவே.

ஆப்கன் அகதி முகாமில் இருந்த பொது குளியலறையை தாலிபான்கள் மிரட்டலுக்குப் பயந்து மூடிவிட்டார்கள். பொது குளியலறையில் பெண்கள் குளிக்கும்போது அந்த வழியாகப் போகிற ஆண்கள் சுவர்களுக்கு அப்பால் குளியலறையினுள் யாரோ ஒரு பெண் நிர்வாணமாக குளித்துக்கொண்டு இருப்பதாகக் கருதுவாராம். ஆகவே குளியலறையே கூடாது. இதன் அர்த்தம் மாதக்கணக்கில் ஆனாலும் வெளியிடங்களில், அது குளியலறையாக இருந்தாலும் குளிக்காமல் இருப்பது; அதுவும் மாதவிடாய்க் காலங்களில் - கற்பனை செய்வதே கொடூரம். தாலிபான்கள் பெண்களை எப்படி இழிவுபடுத்தினார்கள் என்பதற்கு சின்னச் சின்ன ஆணைகள் முதல் ஊரறியச் செய்த சித்திரவதைகள் வரை ஆயிரம் கதைகள் உரக்கப்பேசும். ஆப்கன் வரலாற்றை ஆயிரம் ஆண்டுகள் பின்னுக்குத் தள்ளிய பெருமை தாலிபான்களையே சாரும். வடக்குக் கூட்டணியினர் ஆப்கனில் ஒரு மூலையில் நேரம் பார்த்து தங்கள்

ஆயுதங்களைத் தயார்ப்படுத்திக் கொண்டிருந்தனர். மற்றபடி ஆப்கன் உள்நாட்டுக் கலகம் இல்லாமல் அமைதியாக இருந்தது. ஆனால், அந்த அமைதி மயான அமைதியாக இருந்தது. அழுவதற்கும் நாதியற்ற தேசமாய் ஆப்கன் சிதைந்து உருக்குலைந்து கிடந்தது. அப்போதெல்லாம் அமெரிக்க மனித உரிமைக்காவலர்களும் எதுவும் பேசாமல் வாய் மூடி மவுனியாய் இருந்தனர் அல்லது சன்னமான குரலில் முனகிக் கொண்டிருந்தனர்.

ஒசாமாவின் அமெரிக்க எதிர்ப்பு

1990 இல் குவைத் நாட்டை சதாம் உசேன் ஆக்கிரமித்த குற்றச்சாட்டு எழுந்தது. ஈராக் - குவைத் யுத்தம் மூண்டது. சதாம் உசேனை உலகப் பயங்கரவாதியாக சித்திரித்தது அமெரிக்கா. மேலும் குவைத்துக்கு உதவ பெரும் ராணுவத்தை அனுப்பியது. இப்படை சவூதி அரேபிய மண்ணில் கால் பதித்தது. அப்போது அதுவரை தானுண்டு தன் வியாபாரம் உண்டு என்று ஒதுங்கிய ஒசாமா பின்லேடன் இதனை எதிர்த்தான். இஸ்லாமிய மண்ணில் அந்நியப்படை வேண்டாம். ஆப்கனில் உள்ள பயிற்சி பெற்றவர்களைக் கொண்டு குவைத்துக்கு உதவ தன்னால் முடியும் என்று ஒசாமா பின்லேடன் கூறியதை சவூதி ஏற்க மறுத்தது. அமெரிக்கா தான் ஊட்டி வளர்த்த ஒசாமா பின்லேடனை நாடு கடத்த சவூதி அரேபியாவுக்குக் கட்டளையிட, ஒசாமா பின்லேடனின் குடியுரிமையை சவூதி அரேபியா பறித்தது. அவனது வங்கிக் கணக்கை முடக்கியது. ஒசாமா சூடானுக்குப் புலம் பெயர்ந்தான். அவன் பார்வையும் குறிக்கோளும் மேலும் கூர்மையானது. இஸ்லாம் மண்ணை அதன் மக்களைச் சூறையாடும் அந்நிய ஆதிக்கத்தை அவன் அடியோடு வெறுத்தான். அதனைக் கருவறுக்க அறைகூவல் விடுத்தான். தங்கள் நாட்டு ஆட்சியாளர்கள் அந்நியர் கால்களில் விழுந்து கிடப்பதால் வெறுப்புற்ற இளைஞர்கள் ஒசாமா பின்லேடனின் அல்கொய்தா அமைப்பின்பால் காந்தமாய் ஈர்க்கப்பட்டனர். இந்தப் பின்னணியில் தான் 1996ஆம் ஆண்டு ஒசாமா பின்லேடன் ஆப்கன் வந்தான். "அகண்ட முஸ்லீம் அரசு" என்ற அவனது கனவுக்கு உருவம் கொடுக்கும் முகமாக ஆப்கனைப் பார்த்தான். அங்கு ஆட்சி செய்த முல்லா ஓமர் இவனது நண்பரானார். தாலிபான்களின் இறுக்கமான இஸ்லாம் ஆட்சி பின்லேடனுக்கு ரொம்பவும் பிடித்துப்போனது. ஆப்கன் வளர்ச்சிக்கு கோடிக் கணக்கில் செலவிட ஒசாமா பின்லேடன் தயாரானான். "முஸ்லீம்களுக்கு எதிரான அமெரிக்காவை எப்பாடுபட்டாவது ஒழித்துக்கட்ட வேண்டும்" என்று பின்லேடன் முன்மொழிய

முல்லா ஓமர் வழிமொழிந்தார். திட்டங்கள் தயாராயின. ஏற்கெனவே அமெரிக்க உளவுத்துறையும் பாகிஸ்தான் உளவுத் துறையும் கொடுத்த நவீன யுத்த பயிற்சியும், தகவல் தொடர்பு பயிற்சியும் கைகொடுக்க வியூகம் பிறந்தது.

மீண்டும் ஆப்கனில் பின்லேடன்

1998 இல் கென்யா, தான்சானியா நாடுகளில் உள்ள அமெரிக்கத் தூதரகங்கள் மேல் குண்டு போட்டு அமெரிக்கர்களுக்கு 'குளிர் நடுக்கத்தை', 'கிலியை' முதன் முதல் உருவாக்கினான். அமெரிக்கா அலறியது, வளர்த்த கடா மார்பில் பாய்வதா என வெகுண்டது. சினந்தது. வெறிகொண்டது. ஆப்கன் மலைக்குகைகளில் பின்லேடன் ஒளிந்திருக்கக்கூடும் எனக் கருதி அங்கு 200 குரூயிஸ் ஏவுகணை தாக்குதல் நடத்தியது. 34 பேர் உயிர் இழந்தனர். அதேபோல் சூடான் மீதும் இதே ஐயத்தில் குண்டு பொழிந்தது. அங்குள்ள ஒரு மருந்துத் தொழிற்சாலையை அமெரிக்கா குண்டு வீசி தகர்த்தது. அது பின்லேடனுக்கு சொந்தமாக இருக்கும் என தப்புக்கணக்குப் போட்டதன் விளைவே அது. "பயங்கரவாதத்தை எதிர்த்த போர்" என அமெரிக்கா இந்தத் தாக்குதலைக் கூறிக்கொண்டது. "புனிதப்போர்" துவங்கிவிட்டதாக ஒசாமா பின்லேடனும் அல்கொய்தா இயக்கமும் கூறிக்கொண்டன. ஏகாதிபத்திய எதிர்ப்பு போர்வீரனாகக் கருதப்பட்ட ஒசாமா பின்லேடன் உலக இஸ்லாமிய இளைஞர்களை ஈர்த்தான். அது அவனது நல்ல அம்சம். ஆனால் மதவாத பழமைச் சேற்றில் ரத்தக்குளியல் நடத்த இளைஞர்களைப் பலியாடாக வளர்க்கத்துவங்கியது அவனது தீய அம்சம். அதே நேரத்தில் ஏகாதிபத்தியம் தமது ராணுவத் தளங்கள், பெட்ரோல் வியாபாரம் இவற்றை காக்க இஸ்லாமிய நாடுகளில் தங்களின் பொம்மைகளை ஆட்சிக் கட்டிலில் வைத்து அழகு பார்க்கவே விரும்பியது.

புத்தர் சிலை தகர்ப்பு

இஸ்லாமியர்களுக்கு உருவ வழிபாட்டில் நம்பிக்கை கிடையாது என்றாலும் சரித்திரச் சின்னங்களையும் மரபுச் சொத்துகளையும் பாதுகாக்கும் கடமை உண்டு. பல நாடுகள் அதற்கு உரிய முக்கியத்துவம் அளித்துள்ளன. ஆப்கனிலும் இந்துகுஷ் மலைத் தொடரில் காபூலில் இருந்து 150 கி.மீ தொலைவில் பாமீர் சிகரத்தில் அமைந்துள்ள 170 அடி உயர புத்தர் சிலை இரண்டாயிரம் ஆண்டு பழமை வாய்ந்தது. ஏறத்தாழ ஆறு அல்லது ஏழாம் நூற்றாண்டைச் சார்ந்ததாக இருக்கக்கூடும். 114 அடி உயர புத்தர் சிலை மூன்றாம்

நூற்றாண்டைச் சேர்ந்ததாக இருக்கக்கூடும். இது போன்ற சிலைகளை தகர்த்து எறியுமாறு பிப்ரவரி 26 ஆம் நாள் தாலிபான் அரசுத் தலைவர் முல்லா ஒமர் உத்தரவு பிறப்பித்தார். உலகம் அதிர்ந்தது. மரபுச்சொத்தை பாதுகாக்க உலகம் வேண்டுகோள் விடுத்தது. எதையும் செவிமடுக்காமல் மார்ச்-1 அன்று நவீன பீரங்கிகள் மூலம் புத்தர் சிலைகள் துளைக்கப்பட்டன. மதவெறி எப்போதும் இடிக்கும்; தகர்க்கும். பாபர் மசூதியை தகர்த்த ஆர் எஸ் எஸ் - பாஜக - சங்பரிவார் கூட்டத்தைப் போன்றதே தாலிபான்களும். அங்கே தாலிபான்கள் தகர்த்தது புத்தர் சிலையை மட்டுமா? ஆப்கன் அமைதியையும் தான்.

ஆப்கனில் இஸ்லாம் மதம் பரவி அந்நாடே இஸ்லாம் நாடாகி 1,300 வருடங்கள் ஆயிற்று. இவ்வளவு நாள் பாதுகாக்கக்கப்பட்ட புத்தர் சிலைகள் தற்போது மட்டும் தகர்க்கப்படுவானேன்? மத அடிப்படை வாதம் இளைஞர்களுக்கு வெறியூட்டவே இதைச் செய்கிறது. இங்கு அரசியல் கணக்குப் போட்டு மசூதியை இடித்த சங்பரிவார் கூட்டம் செய்தது போன்றதே அதுவும். இங்கே தேர்தல் கணக்கு; அங்கே ஜிகாத் - புனிதப்போர் கணக்கு.

ஏற்கெனவே தான்சானியாவிலும் கென்யாவிலுமுள்ள அமெரிக்க தூதரகங்கள் மீது ஒசாமா பின்லேடன் தாக்குதல் தொடுத்ததைத் தொடர்ந்து பொருளாதார முற்றுகைக்கு ஆளாகிக் கிடந்த ஆப்கன் மீது மேலும் நெருக்கடி மேகம் கவ்வியது. அதுவரை அமெரிக்காவும் பாகிஸ்தானும் தாங்கள் தயாரித்த பயங்கரவாதிகள் பட்டியலில் சேர்க்காத தாலிபான்களை, அல்கொய்தாவை, ஒசாமா பின்லேடனை, முல்லா ஒமரை அப்புறம்தான் அப்பட்டியலில் சேர்த்தார்கள்.

ஆப்கானிஸ்தானில் உள்ள தாலிபான் அரசு பேராபத்து விளைவிப்பதை உலக சமுதாயம் தெரிந்து கொள்ள நீண்ட நெடுங்காலம் ஆயிற்று. ஆப்கானியர்களின் சுதந்திரத்துக்கு ஆபத்து; அமைதி திரும்பும் என்ற நம்பிக்கை பொய்த்துப் போனது. ஆயினும் மேற்கத்திய தகவல் தொடர்பு பூதங்கள் இவற்றைக் கண்டு கொள்வதில்லை. தனிநபர் சாவுகள் பெரும் பரபரப்பு செய்தியாகும் காலத்தில் ஒரு தேசமே செத்துக் கொண்டிருந்தது வெறும் புள்ளிவிவரமாய் எங்கோ ஒரு மூலையில் பதியப்பட்டது. இச்சூழலில் உலகக் கண்ணை திறந்தது செப்டம்பர் 11.

செப்டம்பர் 11 தொலைக்காட்சியைப் பார்த்துக் கொண்டிருந்தவர்கள் அதிர்ந்தனர். அமெரிக்க ஏகாதிபத்திய ஆதிக்க மமதையின் சின்னமாகத் திகழ்ந்த உலக வர்த்தக மையத்தின் இரட்டைக்

கோபுரங்களை அடுத்தடுத்து இரண்டு பயணியர் விமானங்கள் மோதி மளமளவென வீழ்த்தின. காற்றுக்கூட புகமுடியாத இடத்தினுள்ளும் புகுந்திடும் அமெரிக்க உளவு ஸ்தாபனத்தின் கண்ணில் மண்ணைத் தூவி பெண்டகன் ராணுவ தலைமையகம் மீதே விமானம் மோதல். இடிந்து தகர்ந்தன கட்டடங்கள். இழப்பை அளக்கவே நாட்கள் ஆயின. 50 ஆயிரம் பேர் இருக்கும் 60 ஆயிரம் பேர் இருக்கும் என்றெல்லாம் கூறப்பட்டாலும் அமெரிக்கா அடக்கமாக இறுதியாக குறைத்துக்கொடுத்த தகவல்படி 3000 பேர் உயிர் இழந்தனர். உலகம் இந்த சம்பவத்தை கடும் வார்த்தைகளில் கண்டித்தது. தலைவலியும் காய்ச்சலும் தனக்கு வந்தால்தான் புரியும் என்பதைப்போல பயங்கரவாதம் அமெரிக்காவினுள்ளேயே நுழைந்து தாக்கிய பிறகே சுள்ளென்று உறைத்தது. அமெரிக்கா கர்ஜித்தது. போருக்கு அறைகூவல் விட்டது. பின்லேடன்தான் குற்றவாளி என கூறியது. ஆப்கன் மீது படையெடுக்க தயாரிப்புகளில் இறங்கியது. அதேசமயம் தாலிபன் அரசு பின்லேடனை பாதுகாப்பதில் ஆர்வம் காட்டியது. பயங்கரவாதிகள் பட்டியலை, பயங்கரவாத அமைப்புகள் பட்டியலை அமெரிக்கா வெளியிட்டது. உலக நாடுகள் பல அதற்குத் தடை விதித்தன. அவற்றின் வங்கிக் கணக்குகள் முடக்கப் பட்டன. ஐ.நா.சபை கண்டனம் முழங்கியது. தீவிரவாதிகளுக்கு எதிராகப் போர்ப்பிரகடனம் செய்யப்பட்டது. அமெரிக்கா இந்தச் சந்தர்ப்பத்தைப் பயன்படுத்திக் கொண்டு லகானை தன் கையில் எடுத்துக் கொண்டது. பயங்கரவாதிகள் எங்கிருந்தாலும் அந்த நாட்டில் குண்டு மழை பொழிந்து அழிப்பது எங்கள் உரிமை என தன்னிச்சையாக அறிவித்தது. பயங்கரவாதிகள் செய்த தவறுக்கு சாதாரண மக்கள் என்ன செய்வார்கள் என்ற நியாயமான உலக மக்களின் கேள்வி புறந்தள்ளப்பட்டது. யார் பயங்கரவாதி? உலகில் பயங்கரவாதத்தை ஊட்டி வளர்த்தவர் யார்? போன்ற விவாதங்கள் முன்னுக்கு வந்தன. அடுத்த அத்தியாயத்தில் அதனைப் பரிசீலிப்போம்.

கணக்கிட முடியா சேதம்

அக்டோபர் 7 ஆம் தேதி அமெரிக்கா தன் கைவரிசையை ஆப்கன் மக்கள் மீது காட்டத் துவங்கியது. தொடர்ந்து பல நகரங்களில் குண்டு வீசப்பட்டது. பயங்கரவாதிகளின் பதுங்கு குழிகள் மீது குண்டுகள் வீசுவதாகக் கூறிக்கொண்டு பொதுமக்கள் வாழும் இடங்களில், மருத்துவமனைகளில், செஞ்சிலுவை சங்க உணவுக் கிடங்குகளில் குண்டுகள் வீசப்பட்டன. குறி தவறிவிட்டதாக

காரணம் கூறப்பட்டாலும் உண்மையில் குறிபார்த்தே வீசப்பட்டது.

"கணக்கிட்டு அறியமுடியாத அளவு சாதாரண பொதுமக்கள் இறந்திருப்பார்கள் என்பதை நாங்கள் அறிவோம்" என்றார் அமெரிக்க கொள்கை ஆய்வாளர் பிலிஸ்டென்னிஸ். மேலும் அவர் 'அவுட்லுக்' நிருபரிடம் கூறினார்:

> *"யுத்தத்தால் உடனடியாக இருபது லட்சம் மக்கள் பட்டினிச்சாவை எதிர்கொள்வார்கள் என்பதை அறிவோம். இரண்டு முறை செஞ்சிலுவை சங்க உணவுக் கிடங்கை தாக்கி அழித்தோம் என்பதும் தெரியும். உலக வர்த்தக மைய கட்டடம் தாக்கப்பட்டதில் சம்பந்தப்பட்டவர்கள் யாரையும் அங்கு நாங்கள் கொல்லவில்லை என்பதையும் அறிவோம். அதில் சம்பந்தப்பட்ட யாரையும் அங்கிருந்து பிடித்து நீதிமன்றத்தின் முன் நிறுத்தவில்லை."*

மூன்று வாரத்திற்குள் 3,000 குண்டுகள், கொத்துக் குண்டுகள், ரசாயன விளைவுகளை உருவாக்கும் குண்டுகள், உலகம் ஏற்காத குரூர ஆயுதங்கள் ஆப்கன் மீது ஏவப்பட்டன. அதன் கோரமும் காயமும் சோகமும் இன்னும் - உலகுக்குத் தெரியாது. அறிய இப்போது வாய்ப்பும் இல்லை. "யுத்தத்தில் முதற்பலி உண்மைதானே!" ஆப்கன் மீது அமெரிக்கா தொடுத்துள்ள யுத்தமும் அப்படித்தான். ஒரு பக்கம் உணவுப் பொட்டலங்கள் போடுவதாக நாடகம்; மறு பக்கம் குண்டு மழை.

யுத்தம் வேண்டாம்; சமாதானமாக மாற்று வழி காண்போம் என உலகின் நேர்மையான மனச்சாட்சி பேசத்துவங்கியது. ஆனாலும் அமெரிக்காவின் குண்டு வீசும் போக்கு குறையவில்லை.

மறுபுறம் பழங்குடியின குழுக்கள் 50க்கும் மேற்பட்டவை வடக்குக் கூட்டணியோடு ஒன்றிணைந்து காபூலை நோக்கி முன்னேறத்துவங்கின. இதற்கு முன்பே செப்டம்பர் 14 லேயே வடக்குக் கூட்டணி தலைவர் அகமது ஷா மசூத் "விபத்தில் காலமானார். வான்வழி அமெரிக்க தாக்குதல், தரைவழி வடக்குக் கூட்டணி தாக்குதல் என படை முன்னேறியது. தாலிபான்களால் ஈடுகொடுக்க முடியவில்லை; பின்வாங்கினர். ஆங்காங்கு உள்ள ஸ்தல யுத்த சண்டியர்கள் (local war lords) வடக்கு கூட்டணியோடு சமரசம் செய்து கொண்டார்கள். எனவே படை முன்னேறி காபூலை நெருங்கியது.

இதற்கிடையே ரோமில் தங்கியிருந்த முன்னாள் ஆப்கன் மன்னர் ஜாகிர் ஷா வை மீண்டும் ஆப்கனுக்கு கொண்டு வந்து முடிசூட்டி

தனது கைப்பாவையாக ஆட்டுவிக்க அமெரிக்கா காய்களை நகர்த்தியது. காபூலுக்குள் நுழைய வேண்டாம் என வடக்குக் கூட்டணிக்கு தடையும் விதித்தது. அனைத்தையும் மீறி காபூலும் வடக்கு கூட்டணி வசம் வீழ்ந்தது. வடக்குக் கூட்டணி ஆட்சியைக் கைப்பற்றியதும் பெண்கள் மீதான கெடுபிடிகள் தளர்த்தப்பட்டன. பர்தா முறை ஒழிக்கப்பட்டது. தெருக்களில் மீண்டும் பாடல்கள் கேட்டன. கடை வீதிகளில் நவீன டி.வி., வீடியோ, ரேடியோ எல்லாம் வந்தன. ஆனால் பயமும் பீதியும் மட்டும் எல்லோர் மனசிலும் நிரந்தரமாய் குடியிருந்தது.

புதிய ஆட்சியை ஆப்கனில் கொண்டு வருவது சம்பந்தமாக ஜெர்மனியில் பேச்சு வார்த்தைகள் துவங்கின. அமெரிக்காவின் விருப்பம் முழுதாக நிறைவேறும் வாய்ப்பு இல்லை என்பதால் அதனை கண்டுகொள்ளாமல் ஒதுங்க அமெரிக்கா நினைத்தாலும் முடியவில்லை. உலகம் கவனித்துக் கொண்டு இருக்கிறதே!

வடக்கு கூட்டணி, ஐக்கிய கூட்டணி என எந்தப் பெயரால் அழைத்தாலும் அந்தக் கூட்டணியால் நாட்டை நிர்வகிக்க முடியுமா? பத்தானிய பழங்குடிகள் இல்லாத எந்த ஆட்சியும் நீடிப்பது இயலாது. அதுதான் பிரச்சினை.

1996 - படிப்பினையாக இருக்குமா ?

பத்தானிய பழங்குடிகளுக்கு அடுத்ததாகப் பெரும் எண்ணிக்கையில் உள்ள தஜிக் பழங்குடியினர் பிரதிநிதியாக முன்னாள் ஜனாதிபதி ரபானி, இறந்த மசூதின் அடுத்த கட்ட தலைவர் முகமது ஃபஹீம் ஆகியோர் இருந்தனர். உஸ்பெக் பழங்குடியினர் சார்பில் அப்துல் ரஷீத் தோஸ்தம் மற்றும் அப்துல் மாலிக் இருந்தனர். இவர்கள் முதலில் கம்யூனிஸ்ட்டுகளாக இருந்து பிறகு எதிராகப் போனவர்கள். துர்க்மெனியர்களுக்காக யாரும் இல்லை. ஷெயத் ஹஜரா பழங்குடியில் ஏகப்பட்ட கோஷ்டிகள். அப்துல் கரீம் கலீலி, அஜீப் மொஹனி, ஹுசேன் அன்வாரி ஆகியோர். பத்தானியர்கள் சார்பில் பேராசிரியர் அபத்தூர் ராப் ரசூல் சயுப் இடம் பெற்றார். வடக்கு கூட்டணி இவரை நம்பத்தயார் இல்லை. இவர் மிதவாதி. இப்படி ஏகப்பட்ட குழப்பங்களின் மூட்டையாக - எலியும் தவளையுமாக - பல பழங்குடி குழுக்களைச் சேர்த்து கூட்டணி அமைப்பது அவ்வளவு சுலபமாக இல்லை. அமெரிக்கா, பிரிட்டன், பாகிஸ்தான் என ஒவ்வொரு நாடும் தம் சார்பாளர் ஒருவர் வருவதை விரும்பின. பேச்சுவார்த்தை

இழுத்துக்கொண்டே போயிற்று. இறுதியாக டிசம்பர் ஐந்தாம் நாள் தெற்குப் பகுதி பத்தானியத் தலைவர் ஹமீது கர்சாய் (Hamid Karzai) தலைமையில் அரசமைக்க முடிவாகியது. ஜெர்மனியிலுள்ள ஹோயினிஸ்வின்டர் நகரில் ஒப்பந்தம் கையெழுத்தானது. டிசம்பர் 22 ஆம் நாள் ஹமீது கர்சாய் தலைமையில் 30 பேர் கொண்ட இடைக்கால அமைச்சரவை பதவியேற்றது.

ரபானி உட்பட பல பழங்குடி இனத்தலைவர்கள் தனித்தனியாகப் பேசும் போது முடிவை ஏற்பதாக, ஒத்துழைப்பதாகக் கூறிக்கொண்டாலும் உண்மையில் அப்படி நடப்பார்களா என்கிற ஐயம் விடவில்லை.

நவம்பர் 27 ஆம் தேதி இந்தக் கூட்டணியோடு பேச்சு நடக்கும்போது ஐ.நா. சிறப்புத்தூதர் லக்தர் பிரஹ்மி மிகச் சரியாக எச்சரித்தார். "1996இல் ஏற்பட்ட வடக்குக் கூட்டணி ஆட்சி உள் தகராறுகளாலும் கோஷ்டி சண்டைகளாலும் பழங்குடித் தலைவர்கள் இடையே ஒற்றுமை இன்மையாலும் சிதைந்தது. அது படிப்பினையாக இருக்கட்டும்," என்றார்.

ஆப்கன் தலைவிதியை ஆப்கானியர் தீர்மானிக்கட்டும்

1992-96 வரை இருந்த ஆட்சி ஒன்றும் தாலிபான் ஆட்சியைவிட சிறப்பானது அல்ல. அப்படியிருக்கையில் அதுபோன்ற விஷப்பரிட்சையே மீண்டும் செய்யப்படுகிறபோது ஐ.நா. சிறப்புத் தூதர் லக்தர் பிரஹ்மி கூறியதே உண்மையாகப் படுகிறது. "There is no chance for a future government in kabul. If it is not made in Afghanistan." (ஆப்கன் மண்ணில் உருவாக்கப்படாத பட்சத்தில் காபூலில் எதிர்கால அரசுக்கு வாய்ப்புக் கிடையாது).

லோயா ஜிர்கா (Loya Jirga) என்றழைக்கப்படுகிற பழங்குடிகள் சபை என்ன பாத்திரம் வகிக்கப்போகிறது என்ற கேள்வியும் எழத்தான் செய்கிறது.

மேலும் ஆப்கன் விவகாரத்தில் மிகுந்த அக்கறை - வர்த்தக ராணுவ அக்கறை - கொண்ட அமெரிக்கா ஒரு புதிய திட்டத்தை வரைந்து சுற்றுக்கு விட்டிருக்கிறது. உண்மையில் இது புதிய திட்டமல்ல. ஏற்கெனவே பலமுறை அமெரிக்கா முயற்சித்த திட்டமே. அவ்வப்போது கிடப்பில் போடப்பட்ட இத்திட்டத்திற்கு புத்துயிர் கொடுத்து உலவ விடுவது - ஆப்கனை இரண்டு நாடுகளாக்குவது.

பத்தானிய பழங்குடியினர் அதிகம் வாழும் வடக்கு - கிழக்குப் பிரதேசம் கொண்ட தனிநாடு ஒன்று.

இதர சிறுபான்மையோர் வாழும் வடக்கு - மேற்குப் பகுதி இன்னொன்று.

இத்திட்டம் உண்மையில் பழங்குடி இன கலாச்சாரம் மிகுந்த ஆப்கனில் வைக்கப்படுகிற 'டைம்பாம்' என்றால் மிகையல்ல. ஏனெனில் இந்த வடக்கு தெற்கு பிரிவினை நடைமுறை சாத்தியமற்றது என்பது மட்டுமல்ல; பெரும் குழப்பத்துக்கே இட்டுச் செல்லும்.

"தீவிர இஸ்லாம் - பெட்ரோல் - மத்திய கிழக்கு அடிப்படைவாதம்" என்கிற நூலில் அகமது ரஷீத் கூறுகிறார்:

"ஆப்கன் மக்களில் பெரும்பாலோர் தெற்கில் வாழ்கின்றனர். ஆனால் 60 சதம் விவசாய நிலங்களும், 80 சதம் தொழிற்சாலைகளும், சுரங்கங்களும் வடக்கில் உள்ளன. இதனால்தான் ஆப்கனை ஒரு நாடாக வைத்திருக்க தாலிபான்கள்கூட பழங்குடி குழுக்களோடு சண்டை போட்டனர். அமெரிக்காவின் பிரிவினைத் திட்டம் மேலும் சிக்கலை நிரந்தரமாக்கும். நல்லவேளை தற்சமயம் இது அடங்கிப்போய் உள்ளது. ஆனால், அழிக்கப்பட்டுவிடவில்லை."

இதற்கிடையில் எப்படியோ காபூலில் ஒரு அரசு வந்துவிட்டது என்ற நிம்மதிப் பெருமூச்சுவிட முடியவில்லை. காரணம், அமெரிக்காவின் பயங்கரவாதிகள் தேடுதல் முடியவில்லை. தேடுதலின் உண்மைக் காரணத்தை அடுத்த அத்தியாயத்தில் பார்ப்போம். யுத்தம் ஓயவில்லை. குண்டு சத்தம் நிற்கவில்லை. கண்ணி வெடிகள் வெடித்துக்கொண்டே இருக்கின்றன. உள் சண்டை உக்கிரமாகிறது அல்லது தூண்டிவிடப்படுகிறது.

பின்லேடன் எங்கே? முல்லா ஓமர் எங்கே? அல்கொய்தாவினர் எங்கே? ஆப்கன் யுத்தம் முடிந்தால் பயங்கரவாதம் ஓய்ந்துவிடுமா? ஆப்கன் தொடர்ந்து நிரந்தர யுத்த பூமியாய் இருப்பதேன்? அமெரிக்காவின் பயங்கரவாத எதிர்ப்பு எப்படிப்பட்டது? அமெரிக்காவின் உண்மை முகம் எது? நோக்கம் எது? இஸ்லாம் பயங்கரவாத மதமா? இஸ்லாமிய புனிதப்போர் ஏகாதிபத்திய எதிர்ப்புப் போரா? ஆப்கனின் நிகழ்காலம் எப்படி? எதிர்காலம் எப்படி?

இந்தக் கேள்விகளுக்கு விடை காணாமல் ஆப்கன் வரலாற்றை முழுமையாகப் புரிந்துகொள்ள முடியாது.

7

நீங்கள் எந்தப் பக்கம் ?

1945முதல் இன்றுவரை உலகம் முழுவதும் பல்வேறு நாடுகளில் 70-க்கும் மேற்பட்ட ராணுவத் தலையீடுகளை அமெரிக்கா மேற்கொண்டுள்ளது. அமெரிக்க அய்க்கிய குடியரசு உருவான 1798 முதல் கணக்கிட்டால் 255- க்கும் மேற்பட்ட ராணுவத் தலையீடுகளை அமெரிக்கா மேற்கொண்டுள்ளது. எல்லாமே "தர்மம் காக்க என அமெரிக்கா கூறினாலும் "ஏகாதிபத்திய தர்மம்" காக்க, இதரர்கள் நெஞ்சில் மிதிப்பது என்பதே மனித குல வரலாறு சொல்லும் சேதி.

ஜப்பானிய சினிமா

நான் சில வருடங்களுக்கு முன்பு ஒரு ஜப்பானிய சினிமா பார்த்தேன். அதில் ஒருவருக்கு தூக்கு தண்டனை நிறைவேற்றப்படு கிறது. நீதிபதி தண்டனையை வாசிக்கிறார். புத்த மதகுரு அதற்குரிய இறுதி மதச்சடங்கு பிரார்த்தனை செய்கிறார். தூக்கிலிடுமுன் மருத்துவர் உடல் நலம் பரிசோதிக்கிறார். எல்லாம் முடிந்து தூக்கி லிடப்பட்டார். பின்னர் பார்த்தால் அவர் சாகவில்லை. நினைவு மயங்கிய கோமா நிலையில் இருக்கிறார். இப்போது என்ன செய்வது? ஒரு முறைதான் தூக்கு தண்டனை. எனவே மறுமுறை தூக்கிலிட நீதிபதி அனுமதி தர மறுக்கிறார். மரணம் உடலுக்கா ஆன்மாவுக்கா என்கிற தத்துவக் கேள்வியை எழுப்பி புத்தமதகுரு மீண்டும் சடங்கு நடத்த மறுக்கிறார். மரணம் என்பது என்ன என்கிற மருத்துவக் கேள்வியை எழுப்பி மருத்துவர் குழப்புகிறார். இதற்கிடையில் தூக்கிலிடப்பட்டவர் பற்றி ப்ளாஷ்பேக் காட்டப்படுகிறது. அவரது பழைய வரலாற்றை நினைவூட்டி அவரை உயிர்ப்பிக்கவும் முயற்சி நடக்கிறது. இவர் ஒரு கம்யூனிஸ்ட் என்பதாலேயே தண்டனை என்று சொன்னதும் நீதிபதி, மதகுரு, மருத்துவர் மூவரும் அவரை மீண்டும் உடனே தூக்கிலிட அனுமதிக்கின்றனர்.

கம்யூனிஸ்ட் என்றதும் சட்டம், நீதி, தர்மம் எல்லாவற்றையும் காற்றில் பறக்க விடுவதே ஏகாதிபத்திய தர்மம். உலகெங்கும் நடந்தது அதுதான்; நடப்பதும் அதுதான். ஆப்கனிலும் நடந்தது அதுதான். ஆனால் அதன் குரூர விளைவு பயங்கரவாதம் எனில் மிகையல்ல.

மிகவும் பயமூட்டும் சொல்லாடலாக "பயங்கரவாதம்" தற்போது முன்னுக்கு வந்துள்ளது. தங்கள் நாட்டு செல்வாதாரங்களை ஏகாதிபத்திய நாடுகள் சூறையாடும் ஒவ்வொரு சந்தர்ப்பத்தையும் கவனமாய் பயன்படுத்தி தங்கள் போராட்டத்துக்கு தமது நாட்டு மக்கள் ஆதரவை வென்றெடுக்கின்றனர் "பயங்கரவாதிகள்". அதேசமயம் பயங்கரவாதிகளின் ஒவ்வொரு தாக்குதலையும் காரணங்காட்டி அவர்களை தனிமைப்படுத்தவும் "நாகரிகத்தின் பேரால் தாக்கி அழிக்கவும் ஏகாதிபத்தியத்துக்கு வாய்ப்பாகி விடுகிறது. இப்படி "ஏகாதிபத்தியமும்" "பயங்கரவாதமும்" ஒன்றுக்கொன்று கொம்பு சீவவும், களம் அமைக்கவும் தங்கள் செயல்களை நியாயப்படுத்தவும் மாறிமாறி உதவிக்கொள்கின்றன. இப்படி பிரபல பொருளாதாரப் பேராசிரியர் பிரபாத் பட் நாயக் (Prabhat Patnaik) கூறியது மிகையல்ல.

முடிவற்ற போரா?

"பயங்கரவாதம் பலவீனர்கள் ஆயுதம் என்றே பொதுவாக சொல்லப்படுவது உண்டு; ஆனால் ஆதிக்கக்கரங்கள் தொடுக்கும் கொடுந்தாக்குதல்களை பயங்கரவாதமாகக் கருதாத மனப்போக்கே இதற்கு காரணம் எனலாம். தற்போது இது உலகளாவியதாக மாறிவிட்டது. பயங்கரவாதம் பலவீனர்களின் ஆயுதம் அல்ல. மாறாக "எங்களுக்கு (அதாவது அமெரிக்காவுக்கு) எதிராக இருப்பவர்கள் பயன்படுத்தும் ஆயுதம் அது. யாராக இருப்பினும் அப்படித்தான். எங்கள் அரசு கூறும் விதிவிலக்குகளும் இருக்கக்கூடும். ஆயினும் இப்படித்தான் எங்கள் நாட்டு அரசியல் விமர்சகர்கள் கூறுவார்கள்" இவ்வாறு கிண்டலாக உண்மையை உடைக்கிறார் அமெரிக்கச் சிந்தனையாளர் நாம் சோம்ஸ்கி.

செப்டம்பர் 11 ஆம் நாள் அமெரிக்கா மீது பயங்கரவாதிகள் தொடுத்த தாக்குதலைத் தொடர்ந்து தங்களை "நாகரிகம் காக்கும்" ரட்சகர்களாகவும், ஆப்கானியர்களை மட்டுமல்ல, பின்லேடனை மட்டுமல்ல, மொத்த இஸ்லாமிய உலகையே பயங்கரவாதிகளாக சித்திரிக்கவும் அமெரிக்க அதிபர் புஷ் தயங்கவில்லை. மீண்டும் சிலுவைப்போர் என அவர் சொல்லிவிட்டு அப்புறம் அந்த அர்த்தத்தில் சொல்லவில்லை என பல்டி அடித்தாலும் பூனைக்குட்டி மடியை விட்டு வெளியே வந்துவிட்டதன்றோ! "எல்லையற்ற நியாயம்" (Infinite Justice) என்ற சங்கேதப் பெயரைச் சூட்டி ஆப்கன் மீது தாக்குதல் தொடுக்க அமெரிக்க அரசு முடிவு செய்ததும்

தற்செயலானது அல்ல. 2001 செப்டம்பர் 20ஆம் நாள் அதாவது தாக்குதல் நடப்பதற்கு ஏறத்தாழ ஓராண்டுக்கு முன்பே பெண்டகன் ராணுவத்தலைமையும் எல்லையற்ற நியாயப் போருக்கு தயார் ஆனதை டொரொண்டோஸ் குளோப் அண்ட் மெயிலில் (Torontons Globe and Mail) மைக்கேல் வல்பி (Michael Valpy) எழுதிவிட்டார். கிறித்துவ வேதமான பைபிளில் இருந்து தேடி எடுக்கப்பட்ட இந்த வார்த்தை மேற்கை உயர்த்தியும் இஸ்லாமை பழித்தும் உருவாக்கப்பட்டதென்பது தெளிவு. ஆயினும் மாறிய உலகச் சூழலில் அமெரிக்க ஏகாதிபத்தியம் தமக்கு அப்படி ஒரு தீய நோக்கம் ஒருபோதும் இல்லை என்று சத்தியம் செய்ய நேர்ந்தது. தாங்கள் சூட்டிய பெயரை தாங்களே மறுதலிக்க வேண்டியதாயிற்று. எது எப்படி ஆயினும் தாக்குதல் தொடங்கி விட்டது.

அமெரிக்க ஆணவம்

செப்டம்பர் 11ஆம் நாள் அமெரிக்கா மீது தொடுக்கப்பட்ட தாக்குதலில் ஏதுமறியா நாகரிக மனிதர்கள் ஆணும் பெண்ணுமாய் முப்பதாயிரம் பேர் கொல்லப்பட்டதற்கு பதிலடி என்கிற முறையில் கணக்கு வழக்கின்றி கொத்துக்கொத்தாய் ஆப்கன் மீது குண்டு மழை பொழிந்து அப்பாவிகளைக் கொல்வது என்ன நியாயம்? அந்த விமானத் தாக்குதலில் நேரடியாக சம்பந்தப்பட்ட பயங்கரவாதிகள் எகிப்தியர்கள் மற்றும் அரேபியர்கள்தானே. பின்லேடன் வட சூடான் நாட்டில் பிறந்தவனன்றோ... ஆப்கன் மீது தாக்குதல் நடத்தியது என்ன நியாயம்?

அப்போது அமெரிக்க அதிபர் புஷ் வானொலியிலும், தொலைக்காட்சியிலும் பேசியவற்றில் சில வரிகளை இங்கே நினைவுபடுத்துவது மிக அவசியம்.

"நாங்கள் எல்லாவித யுத்த ஆயுதங்களையும் பயன்படுத்துவோம்!"

"அமெரிக்கா ஒரு யுத்த களத்தை மட்டும் எதிர்பார்க்கவில்லை. மாறாக இதுவரை கேட்டறியாத நெடிய யுத்தத்துக்கு ஆயத்தமாகி விட்டது."

"ஒவ்வொரு நாடும், ஒவ்வொரு பிராந்தியமும் முடிவெடுக்க வேண்டிய தருணம் வந்துவிட்டது. நீங்கள் எங்கள் பக்கமா? பயங்கரவாதிகள் பக்கமா?"

"இது உலக யுத்தம். இது நாகரிகத்திற்கான யுத்தம்."

ஃபிடல் காஸ்ட்ரோ எச்சரிக்கை

"மேலும் நாங்கள் அறிவோம். கடவுள் நடுநிலையில் இல்லை." இவற்றை மேற்கோள் காட்டி ஃபிடல் காஸ்ட்ரோ மிகச்சரியாக எச்சரித்தார்: "நீங்கள் எங்கள் பக்கமா அல்லது பயங்கரவாதிகள் பக்கமா? இதன் பொருள் என்ன?

உலகில் உள்ள எந்த நாடும் பெரியதாகவும் வலியதாகவும் இருப்பினும் எந்த நாடும் யுத்தத்தில் இருந்தும் தாக்குதலில் இருந்தும் தப்ப முடியாது.

நாங்கள் எந்த ஆயுதத்தையும் உபயோகிப்போம் என்றால் என்ன பொருள்?

எந்த யுத்தநெறிமுறையும் இனி கிடையாது. ரசாயன ஆயுதம், கிருமி ஆயுதம், அணு ஆயுதம் உட்பட பேரழிவைத் தரும் எதையும் எங்கு வேண்டுமானாலும் வீசுவோம்."

...இப்படி அமெரிக்க அதிபர் பேச்சின் ஒவ்வொரு வரியையும் வார்த்தையையும் பிய்த்துப் பிய்த்து கொடூர திட்டத்தை தோலுரித்துக் காட்டிய ஃபிடல் காஸ்ட்ரோ மேலும் தெளிவுபடுத்தினார்: "அமெரிக்கா என்ன கருதுகிறது தெரியுமா? ஐ.நா. வை தற்போது உதாசீனம் செய்துவிட்டது. சர்வதேச சட்டங்கள், அமைப்புகள் எல்லாவற்றையும் தூக்கி எறிகிறது. மாபெரும் ராணுவ உலக சர்வாதிகார அரசாக அமெரிக்கா தன்னைத்தானே பிரகடனப்படுத்திக் கொள்கிறது. உலகில் இனி ஒரே ஒரு ராஜா, ஒரே ஒரு நீதிபதி, ஒரே ஒரு சட்டம் மட்டுமே இருக்க முடியும். எனவே நீங்கள் அமெரிக்காவுடன் அல்லது பயங்கரவாதத்துடன் சேருங்கள் என கட்டளையிடப்படுகிறது."

கியூப சிங்கம் கூறுவது மிகையல்ல.

"மனிதாபிமானம்", "புண்ணியம்?"

"1982 இல் லெபனானை இஸ்ரேல் ஆக்கிரமித்தபோது - 17,500 சாதாரண மக்கள் கொல்லப்பட்ட போது இப்படி அமெரிக்கா கூச்சலிடவில்லையே!"

ஈராக்கில் 5 லட்சம் குழந்தைகள் உட்பட 10 லட்சம் பேர் அமெரிக்கப் பொருளாதாரத் தடையால் பட்டினியிலும் பசியிலும் செத்துப்போவது குறித்து நவீன நாகரிக காவலர்கள் என்றேனும் கவலைப்பட்டதுண்டா?

ஏன், லண்டனில் உள்ள சுகாதாரக் கல்வி அறக்கட்டளை (Health Education Trustin London) சுட்டிக் காட்டியபடி ஈராக், குவைத் யுத்தத்தை தொடர்ந்து 2 லட்சம் பேர் செத்தொழிந்தது பற்றி உலகில் எந்த டி.வி., எந்தப் பத்திரிகை கவலைப்பட்டது?" என்று சீறுகிறார் பத்திரிகையாளர் ஜோன் பில்கர்.

'நியூயார்க் டைம்ஸ்' ஏட்டின் கணக்குப்படியே ஆப்கானிஸ்தானத்தில் எண்பது லட்சம் ஆப்கானியர்கள் பட்டினிச் சாவெனும் கொடும் மரண வலையில் சிக்கிக் கொண்டுள்ளனர். அந்த ஆப்கானிஸ்தானிய பட்டினி பட்டாளங்கள் மீது குண்டு வீசிக் கொல்வது மாபெரும் மனித நாகரிகமாமோ?

துண்டு ரொட்டிக்காகவும் நோய்க்கு மருந்து தேடியும் பஞ்சைப் பராரிகளாய் அலைகிறார்கள். இவர்கள் மீது கொத்தாய் குண்டு வீசி "மனிதாபிமானம்" காக்கிறது அமெரிக்கா. புனிதப்போருக்கு இவர்களை அழைத்து "புண்ணியம்" சேர்க்கிறது பயங்கரவாதம்.

இந்த லட்சணத்தில் நீங்கள் எந்தப்பக்கம்? எங்கள் பக்கமா பயங்கரவாதிகள் பக்கமா? என அமெரிக்க அதிபர் புஷ் மிரட்டுகிறார். "நீங்கள் எங்கள் பக்கமா அல்லது ஒடுக்குமுறையாளர் பக்கமா?" என பின்லேடன் சொடுக்குகிறார்.

எந்தப் பக்கமிருந்து வந்தாலும் சாவுதான். அழிவுதான். எல்லாமே பயங்கரவாதம்தான். ஒன்று, இவர்களின் பயங்கரவாதம் அல்லது அவர்களின் யுத்த பயங்கரவாதம். இப்படி உலகம் மிரட்டப்படுகிறது. ஆப்கன் பலிபீடமாகி விட்டது.

1960ஆம் ஆண்டு டிகோகார்சியா தீவு அமெரிக்கக் கழுகுப் பார்வையில் விழுந்தது. அதை இந்துமகா சமுத்திரத்தில் தம் இராணுவ தளமாக்க அமெரிக்கா களம் இறங்கியது. அந்தத் தீவில் வாழ்ந்தோர் என்ன ஆனார்கள்? தீவு மக்களே மொத்தமாக காணாமல் போனார்களா? அப்படி ஆக்கப்பட்டார்களா? 'மனிதம்' பற்றி இன்று வாய்கிழியப் பேசுவோர் அன்றுமுதல் இன்றுவரை வாய்மூடி மவுனியாகிவிட்டனரோ?

ஆப்கனை தமது நிரந்தர யுத்த பூமியாக்குவதும் தமது எண்ணெய் வள சுரண்டலுக்கும் கொள்ளைக்கும் வழிப்பாதையாக்குவதும் அமெரிக்காவின் நீண்டநாள் கணக்கு. அதை நிறைவேற்ற பயங்கரவாதிகள் அமைத்துக் கொடுத்த போர் மேடை செப். 11 தாக்குதல் எனலாம். அதை விரிவாகப் பார்க்கும் முன்னர் அமெரிக்கா 1948 முதல் இன்று வரை நடத்திய லீலைகளை சற்று பட்டியலிட்டுப் பார்ப்போம்.

மத்திய கிழக்கு

- *1948 :* இஸ்ரேல் உருவாக்கப்பட்டது. இஸ்லாமியர்களின் பெரும் கோபத்திற்கு காரணமானது இது. யூதர்களுக்காக பாலஸ்தீனியர்களை சொந்த மண்ணில் இருந்து விரட்டி அகதிகளாக்கியது.
- *1949 :* சிரியாவில் தேர்ந்தெடுக்கப்பட்ட அரசைத் தூக்கி எறிய ராணுவப் புரட்சிக்கு அமெரிக்க சி.ஐ.ஏ உதவியது.
- *1953:* பிரிட்டிஷ் பெட்ரோல் நிறுவனத்தை தேசவுடமையாக்கிய ஈரான் அரசை, அதாவது மக்களால் தேர்ந்தெடுக்கப்பட்ட மோசாதக் (Mossadeq) அரசை சிஐஏ உதவியுடன் ஷா கவிழ்த்தார். அதைத் தொடர்ந்து கால் நூற்றாண்டு காலம் கொடுங்கோலாட்சி நடந்தது.
- *1956 :* எகிப்து கிழக்கு நாடுகளில் இருந்து ஆயுதம் வாங்கியது என்ற ஒரே காரணத்துக்காக அஸ்வான் அணை கட்ட தாம் உதவுவதாக கொடுத்த வாக்குறுதியை மீறியது அமெரிக்கா.
- *1956 :* இஸ்ரேல், பிரிட்டன் மற்றும் பிரான்ஸ் என்ற மூன்று நாடுகள் கூட்டாக எகிப்தை ஆக்கிரமித்தன. அமெரிக்கா மவுனம் சம்மதம் என்று சைகை காட்டி நின்றது.
- *1958 :* ‘ஸ்திரத்தன்மை’ என்கிற நொண்டிச்சாக்கில் அமெரிக்க ஆறாவது கப்பற் படை லெபனானின் கடற்கரை பெய்ரூட் அருகே நங்கூரமிட்டு தன் மூக்கை நுழைத்தது. தாக்குதல் தொடுத்தது.
- *1960 :* அறுபதுகளில் ஈராக் தலைவர் அப்துல் கரீம் கோஷனைக் (Abdul Karim cassion) கொல்ல பலமுறை முயன்றது.
- *1963 :* ஈராக்கில் சதாம் உசேனால் தலைமை தாங்கப்பட்ட ஈராக்கி பாஃத் கட்சி (Iraqi Ba’th Party) யிடம் கொலை செய்யப்பட வேண்டிய கம்யூனிஸ்ட்டுகள் பட்டியலைக் கொடுத்தது சிஐஏ. அப்படியே நடந்தது.
- *1967 :* இஸ்ரேல் ஆக்கிரமித்த பகுதிகளில் இருந்து வாபஸ் பெறவேண்டும் என்ற ஐ.நா. தீர்மானம் எண்.242ஐ அமெரிக்கா தம் “வீட்டோ” (ரத்து) அதிகாரத்தால் தடுத்தது.
- *1970 :* ஜோர்டான் - பாலஸ்தீன மோதலின் போது பாலஸ்தீனர் பக்கம் சிரியா நிற்பதால் இஸ்ரேலும் அமெரிக்காவும் ஜோர்டான் பக்கம் சாய்ந்தன.

- *1972 :* இஸ்ரேலுடன் சமாதானம் காண எகிப்து அதிபர் அன்வர் சதாக் முயன்றதை அமெரிக்கா தடுத்து சீர்குலைத்தது.
- *1973-75* ஈராக்கில் குர்து பழங்குடியினர் கலகத்துக்கு அமெரிக்கா ஆதரவு தந்தது. 1975 இல் ஈரானுடன் ஈராக் எல்லை ஒப்பந்தம் செய்து கொண்டதும் குர்து அகதிகள் ஈரானில் நுழைய முடியாத நிலை ஏற்பட்டது. ஈராக் குர்துகளை வேட்டையாடி குவிக்கத் துவங்கியது. ஆனால், அமெரிக்கா அந்த குர்துகளை அகதிகளாக நடத்த மறுத்தது. அறச்செயலையும் பதுங்கி வாழ்வதையும் ஒன்றாகக் கருதக்கூடாது என்று கிஸ்ஸிங்கர் திருவாய் மலர்ந்தார்.
- *1975:* லெபனானில் உள்ள பாலஸ்தீன் அகதி முகாமை இஸ்ரேல் தாக்கி அழித்ததை கண்டிக்கும் ஐ.நா. தீர்மானத்தை அமெரிக்கா தனது வீட்டோ அதிகாரத்தால் தடுத்து நிறுத்தியது.
- *1978-79 :* ஷாவுக்கு எதிராக ஈரான் கொந்தளித்தபோது அமெரிக்கா வெட்கமற்று ஷா பக்கம் நின்று பொம்மை ஆட்சி நிறுவ முயன்று தோற்றது.
- *1978-88:* ஆப்கனில் முஜாஹிதீன்கள் எனப்படும் கலகப் படை ஆப்கானில் உருவாக ஆயுதம், பணம், பயிற்சி எல்லாம் தந்தது.
- *1981-1986:* லிபிய ஜனாதிபதி கடாபிக்கு எதிராக கடற் பிராந்தியத்தில் ராணுவ தாக்குதல்கள் நடத்தப்பட்டன. 1981இல் விமானம் மூலம் ஏவுகணை வீசப்பட்டது. இரண்டு லிபிய விமானங்கள் தாக்கப்பட்டன. 1986 இல் லிபியா திருப்பி ஏவுகணை வீசியது. அமெரிக்காவில் இலக்குக்கு வெகு தூரத்தில் அது விழுந்தது. எனினும், அமெரிக்கா திருப்பி லிபிய பெட்ரோல் படகைத் தாக்கி 72 பேரைக் கொன்றது. லிபியா எதிர்த்தாக்குதலில் பெர்லின் இரவு விடுதியில் இரு அமெரிக்கர்கள் கொல்லப்பட்டதைக் காரணங்காட்டி லிபியா மீது அமெரிக்கா குண்டுமாரி பொழிந்தது. கடாபியின் மகள் உட்பட பல்லாயிரவர் உயிர் இழந்தனர்.
- *1980-88:* ஈரான் - ஈராக் யுத்தம். ஈரானை அன்று ஈராக் ஆக்கிரமித்தது. ஐ.நா. கண்டித்தது. ஆனால், அமெரிக்காவோ பயங்கரவாத நாடுகள் பட்டியலில் இருந்து ஈராக்கை விடுவித்து ஆயுதம் வழங்கியது. 1984இல் ஈராக் ரசாயன ஆயுதம்கூட பயன்படுத்தியது. ஈராக்கோடு கூடிக்குலாவிய அமெரிக்கா வளைகுடாவுக்கு தனது கப்பற்படையை அனுப்பி ஈராக் பக்கம் நின்று ஈரான் பயணிகள் விமானத்தை சுட்டு வீழ்த்தி 290 பேர்களைப் பலி வாங்கியது.

- *1982:* லெபனானை ஆக்கிரமிக்க இஸ்ரேலுக்கு பச்சைக்கொடி காட்டியது அமெரிக்கா. இந்த யுத்தத்தில் 17,000 பொது மக்கள் கொல்லப்பட்டனர். ஐ.நா. தடைகளை அமெரிக்கா வீட்டோ செய்தது.
- *1983 :* பன்னாட்டு அமைதிப்படையின் அங்கமாக அமெரிக்கப் படை லெபனானில் நுழைந்தது. தற்கொலைப் படை திருப்பித் தாக்கும் வரை அது அங்கு அட்டூழியம் புரிந்தது.
- *1984 :* அமெரிக்க ஆதரவு கலகப்படை ஆப்கனில் பயணிகள் விமானத்தை சுட்டு வீழ்த்தியது.
- *1987-92 :* பாலஸ்தீனம் மீது இஸ்ரேல் தாக்குதல். ஐ.நா. கண்டனக் கணைகளை அமெரிக்கா செயலற்றதாக்கியது.
- *1988:* தம் நாட்டில் குர்து இன மக்களை ஆயிரக்கணக்கில் சதாம் உசேன் கொன்று குவித்தபோது ரசாயன ஆயுதங்கள் பயன்படுத்திய போது அமெரிக்கா ஈராக்குடன் நெருங்கி உறவாடியது. பொருளாதார உதவிகள் செய்தது.
- *1990-91 :* குவைத்தை ஈராக் ஆக்கிரமித்தபோது ராஜதந்திர தீர்வுக்கு அமெரிக்கா மறுத்தது. அந்தப் பிராந்தியத்தில் குவைத்தும் பாலஸ்தீனமும் ஆக்கிரமிக்கப்பட்டிருக்கிறது என்று இணைத்துச் சொல்லவும் மறுத்தது. ஈராக்குக்கு எதிராக அமெரிக்கா தலைமை யேற்று 5,40,000 படை வீரர்களை களம் இறக்கியது. ஓமன், கத்தார், பெஹ்ரைன், இஸ்ரேல், ஐக்கிய அரபுக் குடியரசு ஆகிய நாடுகளில் அது முகாமிட்டது.
- *1991 :* வளைகுடா யுத்தம்:

  எந்த சதாம் உசேனை ஊட்டி வளர்த்ததோ அதே சதாம் உசேனுக்கு எதிராக - ஈராக்குக்கு எதிராக அமெரிக்கா நடத்திய வளைகுடாப் போரில் மக்கள் வாழும் நகரங்கள் தாக்கப்பட்டன. பள்ளிக்கூடம், மருத்துவமனை, மசூதி எதுவும் தாக்குதலுக்கு தப்பவில்லை. 2 லட்சம் பேர் கொல்லப்பட்டனர். மொத்தத்தில் 5 லட்சம் குழந்தைகள் உட்பட 10 முதல் 15 லட்சம் பேர் மரணமடைந்தனர். இந்த யுத்தமும் பொருளாதாரத் தடையும் இதற்குக் காரணமாயின. இது சமாதானத்துக்கு கொடுத்த விலை என்றார் அமெரிக்க தூதர் மேட்லின் ஆல்பிரைட்.
- *1993 :* அமெரிக்க ஜனாதிபதி புஷ்ஷை (இன்றைய ஜூனியர் புஷ்ஷின் தந்தை) கொல்ல முயன்றதாக காரணங்காட்டி மீண்டும் ஈராக் மீது தாக்குதல்.

- *1998: மீண்டும் ஈராக் மீது தாக்குதல்.*

  அமெரிக்க தூதரகங்கள் தாக்கப்பட்டதையொட்டி ஆப்கன் மீது தாக்குதல்.

- *2000 : அமெரிக்க உதவியுடன் பாலஸ்தீனத்தை அழிக்க இஸ்ரேல் கடும் முயற்சி; ஏராளமான பொதுமக்கள் சாவு.*

- *2001 அக்டோபர் 7 : ஆப்கன் மீது அமெரிக்க தாக்குதல் தொடக்கம். மக்கள் வாழும் நகரங்கள் மீது தாக்குதல் ஆரம்பம். சூடான், ஈராக் மீது பிறகு விரிவுபடுத்தப்படும் என அறிவிப்பு.*

பின்லேடனின் ஈர்ப்பு

லத்தீன் அமெரிக்க நாடுகள் மீதும் இதர நாடுகள் மீதும் இக்காலகட்டத்தில் அமெரிக்கா நடத்திய தாக்குதல் பற்றிய பட்டியலை புரட்டும் முன்பு ஒன்றை நினைவிற்கொள்ள வேண்டியது அவசியம். "அமெரிக்காவை ஒழித்துக் கட்டுவதே தம் நோக்கம்" என பின்லேடன் விடுத்த அறைகூவல் உலகெங்கும் இஸ்லாமிய இளைஞர்களை கவ்வி ஈர்த்தது வியப்பல்ல. அமெரிக்கா விதைத்த நச்சு விதையின் விளைவே அது.

குமுதம் ஏடு கொடுத்த ஒரு சுவாரஸ்யமான தகவலை நம்ப முடியுமா என்பது வேறு சங்கதி. ஆனால் அமெரிக்க எதிர்ப்பு எப்படி முஸ்லீம் இளைஞர்களை பின்லேடன் விசிறிகளாக்குகிறது என்பதற்கு அந்த சம்பவம் சாட்சி. இதோ அந்த சம்பவம்:

"தொழுகை நேரம் வந்ததும் அந்த இளைஞன் தன் படைப்பிரிவை விட்டு விலகி நமாஸ் செய்ய ஆரம்பித்தான். ஒரே ஒரு வேண்டுதல்தான். "கடவுளே! எப்படியாவது பின்லேடன் தப்பித்துவிட வேண்டும்; உயிரோடு இருக்க வேண்டும். இஸ்லாமியர்களுக்காகத் தொடர்ந்து போராட வேண்டும்."

இந்த இளைஞன் யார் தெரியுமா? பின்லேடன் ஆதரவு பெற்ற தாலிபான்களை எதிர்த்து ஆப்கனில் போராடி முன்னேறிக் கொண்டிருந்த வடக்குக் கூட்டணி படையைச் சேர்ந்தவன். உலகம் முழுவதும் பின்லேடனின் ஆதரவாளர்களும் அல்கொய்தா அமைப்பினரும் இன்னும் உயிர்த்துடிப்புடன் நேரம் பார்த்து கொக்கென காத்திருக்கிறார்கள். இச்செய்தி அமெரிக்காவிற்கு ஒருபுறம் வயிற்றில் புளியை கரைக்கிறது. மறுபுறம் உலகை கபளீகரம் செய்ய சாக்காக அமைகிறது. இந்த அத்தியாயத்தின் தொடக்கத்தில் பிரபாத் பட்நாயக் கூறிய வரிகளை மீண்டும் அசைபோடுங்கள். "ஏகாதிபத்தியமும் பயங்கரவாதமும் ஒன்றையொன்று ஊக்குவித்து

ஒன்றையொன்று கொம்பு சீவி களம் அமைக்கின்றன. அதுதானே உண்மை!"

அது மட்டுமா? உலகில் மேலாதிக்கத்தை நிலைநாட்ட அமெரிக்கா செய்யும் முயற்சிகள் சிலவற்றை இதோடு நினைவிற் கொள்வதும் அவசியம்.

லத்தீன் அமெரிக்கா

கியூபா மீதும் பிடல் காஸ்ட்ரோ மீதும் அமெரிக்கா நடத்திய தாக்குதல் கொஞ்சமோ?

- *1950:* பெர்ட்டோ ரிகோ (Peurto rico) கிளர்ச்சியை அமெரிக்கா நசுக்கியது.
- *1953:* கௌதமாலாவில் தேர்ந்தெடுக்கப்பட்ட ஆட்சியை தூக்கி எறிய உதவியது அமெரிக்க சி.ஐ.ஏ
- *1953:* அமெரிக்க சட்ட திட்டத்தை தூக்கி எறிந்து விட்டு டொமினியன் குடியரசில் அமெரிக்க ராணுவமே தேர்தல் பிரச்சாரத்தில் ஈடுபட்டது.
- *1973:* செப்டம்பர் 11 - சிலியை ஆண்ட மக்கள் ஆதரவு பெற்ற அலெண்டே கொல்லப்பட்டார். கம்யூனிஸ்ட் ஆட்சி கவிழ்க்கப்பட்டது. ராணுவ ஆட்சி வந்தது. 5000 பேர் கொல்லப்பட்டனர்.
- *1981-82:* எல் சால்வடாரில் நுழைந்து கலகக்காரர்களுக்கு துணைநின்றது.
- *1981-90:* "புனித யுத்தம்" என்ற நாமத்தோடு நிகரகுவாவில் புரட்சிகர சாண்டினிஸ்டா அரசை கவிழ்க்க கலகக் கும்பலுக்கு அமெரிக்கா உதவியது. இரத்தக் குளியல் நடத்த துணைநின்றது.
- *1983-89:* ஹோன்டூராஸ் எல்லை நெடுக எண்ணற்ற அமெரிக்க கைக்கூலிகள் குவிப்பு.
- *1983 அக்டோபர் 23 :* 5000 பேர் கொண்ட அமெரிக்க கப்பற்படை கரீபிய கடற் தீவு கிரனடா (Grenada)வை தாக்கி ஆக்கிரமித்தது. மார்க்சிய ஆதரவாளரான கோர்ட் (Coard)ஐ பதவி நீக்கம் செய்து விட்டு தனது கைப்பாவையை ஆட்சியில் அமர்த்தியது. ஏராளமான உயிர்ச்சேதம் ஏற்பட்டது.
- *1989-90:* பனாமாவை அமெரிக்கா ஆக்கிரமித்தது. 27,000 அமெரிக்கப் படை புகுந்து 2,000 பனாமா மக்களைக் கொன்று அந்த ஆட்சியை கவிழ்த்தது. அதன் அதிபர் கஞ்சா விற்றதாகக் கூறி தனது தாக்குதலை நியாயப்படுத்தியது.

இதர தாக்குதல்கள்

- *1945-49* : சுமார் ஒரு லட்சம் அமெரிக்க சிப்பாய்கள் கொண்ட அமெரிக்க ராணுவம் சீனாவில் நுழைந்து சியாங்கே ஷேக் அரசை காக்க முயன்றது. சீனப் புரட்சியை நசுக்க முயன்றது : தோற்றது.
- *1946-49* : கிரீசில் கம்யூனிஸ்ட்டுகள் ஆட்சிக்கு வரக்கூடாது என்பதற்காக பிற்போக்காளர்களுக்கு ஆதரவாக அமெரிக்கப் படை உள்ளே புகுந்தது.
- *1950* : தென் கொரியாவில் அமெரிக்கப் படை நுழைந்தது. வடகொரியாவை விழுங்க முயன்றது. 1,30,000 கொரியர்கள் கொல்லப்பட்டனர்.
- *1965-73* : வியட்நாமில் 5,25,000 சிப்பாய்களுடன் புகுந்த அமெரிக்க ராணுவம் செய்த அட்டூழியங்கள் சொல்லுந் தரமோ? ஆயினும் மூக்குடைபட்டது அமெரிக்கா.
- *1975* : அங்கோலாவில் தேர்ந்தெடுக்கப்பட்ட அரசுக்கு எதிரான யுனிடா (Unita) கலகப்படைக்கு ஆயுதமும் ஆண்டுக்கு 14 மில்லியன் டாலர் நிதியும் உதவியது அமெரிக்கா.
- *1971* : லாவோஸ் வியட்நாமுடன் நல்லுறவு காண முயற்சித்ததற்காக அமெரிக்க ராணுவ தாக்குதலுக்கு ஆளானது.
- *1992-94* : சோமாலியா மீது தாக்குதல்.
- *1993-95* : போஸ்னியாவில் செர்பியர்கள் மீது கடும் தாக்குதல்.
- *1998*: சூடான் நாட்டில் மருந்துத் தொழிற்சாலை மீது தாக்குதல்.
- *1999* : கொசாவாவில் தாக்குதல். 20,000 யுகோஸ்லாவியர்கள் கொல்லப்பட்டனர். 10 லட்சம் கொசாவியர்கள் அகதிகளாயினர்.
- *2001* : மாசிடோனியா (Macedonia) மீது தாக்குதல்.

இவை சில செய்திகள் மட்டுமே. இப்போது முதலில் கூறிய ஜப்பானிய சினிமாக் கதையை நினைவுபடுத்திப் பாருங்கள். ஏகாதிபத்திய உலகநீதி புரிந்துவிடும்.

ஆயினும் ‘இஸ்லாம் பயங்கரவாத மதம்’ என்றும் இஸ்லாமிய நாடுகள் பயங்கரவாத நாடுகள் என்றும் அமெரிக்கா நேரடியாக முத்திரை குத்துவதில்லை . அதேசமயம் தமது பிரச்சார ஊதுகுழல்கள் மூலம் இதைப் பொதுக்கருத்தாக மாற்றுவதில் அமெரிக்கா தீவிரம் காட்டுகிறது.

8

இஸ்லாமிய நாடுகள் பயங்கரவாத நாடுகளா?

இன்று உலகெங்கும் அனைத்து மக்களும் பயன்படுத்தும் 1,2,3,4,5,6,7,8,9 ஆகிய எண்கள் அரேபியர்களின் கண்டுபிடிப்பு. இத்தோடு இந்தியர்கள் கண்டுபிடித்த '0'வும் சேர்ந்தபோது கணிதப் புரட்சியே நிகழ்ந்தது. இந்த 1 - 0 இல்லாமல் கணிதமே இல்லை. ஆனால் இந்த கணிதமே இஸ்லாமுக்கு விரோதம் என்று யாராவது கூறினால் நகைக்கத் தோன்றும். அப்படியும் சிலர் இருந்திருக்கிறார்கள். "12ஆம் நூற்றாண்டில் இஸ்லாமிய சனாதனவாதிகள் - பழமைவாதிகள் - அரப் கிளரிக் இமான் அல் கசாலி (Arabcleric Iman AlGhazali) தலைமையில் மிகவும் பிடிவாதமாகப் பழமைவாதம் பேசினர். சுதந்திர சிந்தனைக்கு எதிராக முரட்டு நம்பிக்கையையும் காரண காரியங்களுக்கு எதிராக ஊழ் பற்றிய கருத்தையும் முன்வைத்தனர். அவர்கள், கணக்குப் போடுவதே இஸ்லாமுக்கு எதிரானது என்றனர்" என்கிறார் பாகிஸ்தானில் உள்ள காய்தே - இ - ஆஸம் பல்கலைக்கழகப் பேராசிரியர் பர்வேஸ் அமீர் அலி ஹூட்பாய். (Pervez Amir Ali Hoodbhoy) இவர் அணு விஞ்ஞானம் மற்றும் கனசக்தித்துறை பேராசிரியர்.

அப்படியானால் இஸ்லாமே பழமைவாத மதமா? புதியன ஏற்காதா? அப்படிக் கூறமுடியாது. 20ஆம் நூற்றாண்டில் உலகெங்கும் உருவான தேசியத் தலைவர்களில் இப்படிப்பட்ட மதப் பழமைவாதிகள் யாரையாவது சுட்டிக் காட்ட இயலுமா? 9 முதல் 13 ஆம் நூற்றாண்டு வரை உலகெங்கும் முஸ்லீம் அறிஞர்கள் தத்துவம், அறிவியல், கணிதம், மருத்துவம் என பல துறைகளில் அளித்த பங்களிப்பை குறைத்து மதிப்பிட இயலுமா? அது இஸ்லாமின் பொற்காலம் என்றுகூட கூறுவோர் உண்டு.

அதேசமயம் மதப் பழமைவாதப் பிடியில் இஸ்லாம் சிக்குண்டபோது பேரிழப்பு நேர்ந்ததாகக் கூறும் பேராசிரியர் பர்வேஸ் ஹூட்பாய்; "14வது நூற்றாண்டின் இஸ்லாமிய சிந்தனையாளர் அப்துல் ரகுமான் கான் கல்தூன் (Abdul Rahman

Khan) என்பவர் தான் கடைசி முஸ்லீம் சிந்தனையாளர். முஸ்லீம், கிறித்தவன், இந்து, யூத மத அறிஞர்களுடன் ராயல் மன்றத்தில் கூடி தத்துவச் சண்டை நிகழ்த்திய நாட்கள் அவரோடு போயின" என்கிறார்.

இன்று பின்லேடனை கண்டு இஸ்லாமே இப்படித்தான் என்று கூறமுடியுமா? தாலிபானை சுட்டிக்காட்டி இஸ்லாம் நாடுகளே இப்படித்தான் என்று குற்றம் சாட்டலாமா?

எல்லா மதங்களும்...

இந்த நூற்றாண்டைப்பற்றி நாளைய வரலாற்றாசிரியர்கள் எழுதும்போது பயங்கரவாத நூற்றாண்டு என்று எழுதுவார்களோ? அப்படி எழுதும் போது அமெரிக்க ஏகாதிபத்தியத்திற்கும் பயங்கரவாதத்திற்கும் நடக்கும் சண்டையில் மக்கள் கதி என்ன? ஆறுதலை பூதத்திற்கும் கொந்தளிக்கும் கடலுக்கும் இடையில் மாட்டிக்கொண்டு விழித்த கிழவன் பற்றிய கிரேக்கக் கதை போன்றதுதான். ஆயினும் மேற்கத்திய நாகரிகம் மென்மையானதாகவும், கருணையுள்ளம் கொண்ட கிறித்துவமாகவும் அதற்கு எதிரானது இஸ்லாமிய பயங்கரவாதம் என்றும் விஷம் பரப்பப்படுகிறதே! உண்மை என்ன? ருவாண்டாவில் கிறித்துவ மேலாதிக்கத்திற்காக இஸ்லாமியர்கள் பல்லாயிரவர் கசாப்பு செய்யப்பட்டது எந்த வகை சகிப்புத்தன்மை?

எழும் கேள்விகள் மிகச் சிக்கலானவை என்பதால் அமெரிக்க அதிபர் புஷ் சாதுரியமாகப் பேசுகிறார். இஸ்லாம் அமைதியின் மதம். சில அடிப்படை வாதிகள் அதை ஹைஜாக் செய்துகொண்டு போனதன் குறியீடே செப். 11 என்கிறார்.

முதலில் ஒன்றைப் புரிந்துகொள்ள வேண்டும். இஸ்லாமும் மற்ற மதங்களைப் போன்றதே. கிறித்துவம், இந்துமதம், யூதமதம், இஸ்லாம் எல்லாமே தங்கள் தெய்வீகத்தன்மையை, புனிதத்தை, மேலாண்மையைப் பிற மதங்கள் மீது திணிப்பவையே. எந்த மதமும் அமைதிக்காகவோ யுத்தத்திற்காகவோ இல்லை. அவை அவை அதனதன் பீடத்தை தக்கவைத்துக் கொள்ள நிற்பவையே. ஜிகாத், சிலுவைப்போர், தர்மயுத்தம் அனைத்துமே மனித சமூகத்தை ரத்த வெள்ளத்தில் மூழ்கடித்தவையே.

கருக்கலைப்பு கூடாது. அது கிறித்துவிற்கு எதிரானது என்று கூறி கருக்கலைப்பு செய்யும் டாக்டர்களைக் கொல்லும் கிறித்துவ அமைப்புகளும் உண்டு.

தொழு நோயாளிகளுக்கும், திக்கற்றவர்களுக்கும் தொண்டு செய்யும் அன்னை தெரசாவும் உண்டு.

மசூதியை இடித்து பாதிரியாரைக் கொளுத்தி விளையாடும் இந்து மதவெறியர்களும் உண்டு; சமரச சன்மார்க்கம் நாடும் இந்துக்களும் உண்டு.

பாலஸ்தீனத்தை இல்லாது ஒழிக்க தாக்குதல் நடத்தும் யூதவெறிகொண்ட இஸ்ரேலும் உண்டு.

மவுலானா அப்துல் சத்தார் எத்தி என்கிற பாகிஸ்தான் சமூக சேவகரும் முஸ்லீம்தான். தாலிபான் அரசுத் தலைவராக இருந்த முல்லா முகமது ஓமரும் முஸ்லீம்தான். முன்னவர் உலகம் முழுவதும் இஸ்லாமுக்கு பெருமை சேர்க்கும் தகுதி படைத்தவர். பின்னவர் பயங்கரவாதம் மூலம் இஸ்லாமுக்கு தலைகுனிவை ஏற்படுத்தியவர். முஸ்லீம்கள் யார் பக்கம் நிற்க வேண்டும் என்பதே கேள்வி.

பாகிஸ்தான் விஞ்ஞானி அப்துஸ் சலாம் (Abdus Salam) அமெரிக்க விஞ்ஞானிகள் ஸ்டீவன் வெயின்பெர்க் (Steven Weinberg and Glashow) மற்றும் ஷெல்டன் க்ளாஸ்கவ்வுடன் 1979ஆம் ஆண்டு இயற்பியலுக்கான நோபல் பரிசை பகிர்ந்து கொண்டார். பெயரே ஒருவர் இஸ்லாம் இருவர் கிறித்துவர் என்பதைக் கூறும். இப்படிப் புகழ்பெற மதம் இருவருக்கும் தடையாக இல்லை. ஆனால் இவ்வளவு புகழ்பெற்ற அவர் தம் நாட்டையும் தம் மதத்தையும் நேசித்த அவர் சாகும் தருணத்தில் மன உளைச்சலிலும் கவலையிலும் ஆழ்ந்து மனம் வெறுத்த நிலையில் இறந்து போனார். காரணம் பாகிஸ்தான் அரசு 1974 இல் பிறப்பித்த முஸ்லீம் அல்லாதவர் மீது தடை அல்லது கடுமை. அஹமதியா எனும் முஸ்லீம் பிரிவு அங்கு தடை செய்யப்பட்டது. இவர் அங்கு அப்பிரிவில் பிறந்தவர். இப்பிரிவில் பிறந்த ஒரே குற்றத்துக்காக அஹமதிய மருத்துவர் ஒருவர் சுட்டுக் கொல்லப்பட்டார். விளைவு என்ன?

இந்தியாவில் வேத கணிதம், வேத அறிவியல் போல் இஸ்லாம் அறிவியல் பற்றிய போலிப் பேச்சுகள் வளர்ந்தன. சொர்க்கத்திற்கும் பூமிக்கும் இடையே உள்ள தூரத்தை குரான் மூலம் கணக்கிட முடியும் என்று சாதிக்கும் விஞ்ஞானிகள் சிலர் பாகிஸ்தானில் உருவாயினர். அறிவியல் கதவு அடைக்கப்பட்டது. இந்தியாவிலும் வேத விஞ்ஞானப் பேச்சு அந்தப் பாதையில் நம்மை இருட்டில் தள்ளிவிடுமோ?

இல்லாத இடம் தேடி...

ஒரு வேடிக்கையான செய்தி. சமீபத்தில் இரண்டு பாகிஸ்தான் அணு விஞ்ஞானிகள் தாலிபான்களுக்கு அணு ஆயுதம் செய்ய உதவியதாக சந்தேகிக்கப்பட்டு கைது செய்யப்பட்டனர். இவர்கள் இருவரும் அறிவாளிகளின் ஆற்றலில் இருந்து மின்சாரம் தயாரித்து பாகிஸ்தானின் மின் பற்றாக்குறையைத் தீர்க்கப் போவதாகக் கூறியவர்கள் என்பது வேடிக்கையானது. அதாவது, களிமண்ணை எடுத்து மனிதனைச் செய்த இறைவன் அறிவாளிகளையும் தேவதைகளையும் நெருப்பில் செய்ததாக இஸ்லாமியர்களிடம் நம்பிக்கை உள்ளது. நெருப்பில் செய்தவர்களிடமிருந்து - அவர்கள் ஆற்றலில் இருந்து - மின்சாரம் தயாரிப்பதே இவர்களின் ஆராய்ச்சி

நோவா கப்பலைத்தேடி கிறித்துவர்கள் அலைவதும் இன்னும் டார்வின் பாடத்தைப் படிக்க அமெரிக்காவில் சில மாகாணங்களில் தடை இருப்பதும், பிள்ளையார் பால் குடிப்பதை நம்பச் சொல்வதும் எல்லா மதத்திலும் பழமைப் பிடி இருப்பதன் சான்று. இதனை மீறித்தான் உலகம் - கம்ப்யூட்டர் உலகமாக - இன்டர்நெட் உலகமாக - ரோபாட் உலகமாக - அறிவியல் உலகமாக மாறிக் கொண்டிருக்கிறது.

இந்தோனேசியா முதல் மொராக்கா வரை காலனிய ஆட்சி இருந்த காலமாயினும் சரி, அதற்கு முன்னும் சரி, பின்னும் சரி இஸ்லாமியர் உட்பட பலரின் அளப்பரிய உழைப்பே நவீன உலக சிந்தனைக்கும் நவீன உலக நாகரிகத்திற்கும் அடித்தளமாகும் என்பதை மறக்காமல் இருப்போமாக. ஆக, சிந்தனையாளர்களும் சாதனையாளர்களும் எல்லா மதங்களைப் போலவே இஸ்லாமிலும் உண்டு. அதுபோலவே பயங்கரவாதமும் எல்லா மதங்களைப் போல இஸ்லாமிலும் உண்டு. தொடர்ந்து காலனி ஆட்சியாளர்களும் ஏகாதிபத்திய நாடுகளும் தங்கள் நாடுகளைச் சூறையாடுவதைப் பார்த்து சினங்கொண்ட இஸ்லாமிய இளைஞர்கள் பயங்கரவாதிகளாக எப்படி மாறினார்கள் என்ற கேள்விக்கு விடை கண்டால் இஸ்லாமிய நாடுகள் பயங்கரவாத நாடுகளா என்ற கேள்விக்கும் விடை கண்டு விடலாம்.

உலகம் முழுவதும் ஒரு பில்லியன் அதாவது நூறு கோடி மக்கள் அதாவது ஏறத்தாழ இந்திய நாட்டின் மக்கள் தொகை அளவிலான மக்கள் இஸ்லாமிய மதத்தைப் பின்பற்றி 48 நாடுகளில் பெரும்பான்மையாக வாழ்கிறார்கள். அந்த நாடுகள் எல்லாம் பயங்கரவாத நாடுகளா?

இன்று "பயங்கரவாதத்தை" வளர்க்கும் களமாக இருக்கும். "முஸ்லீம் நாடுகள்" பல இதற்கு முன்பு மதச்சார்பின்மை, ஜனநாயகம், சோஷலிசம் இவற்றின் தொட்டிலாகத் திகழ்ந்தன என்பதே வரலாற்று உண்மை. ஏன், ஆப்கானிஸ்தான் பற்றி நாம் இந்நூலின் முதல் அத்தியாயத்தில் பேசும்போது கம்யூனிஸ்ட்டுகள் மற்றும் தேச விடுதலைப் போராளிகளின் சங்கம பூமியாக காபூல் நகரம் இருந்ததைச் சுட்டிக் காட்டியுள்ளோம். அதேபோல் இருந்த நாடுகள் பல உருமாறியதன் காரணம் வரலாற்றில் தெளிவாகப் பதிவாகி உள்ளது. உண்மையில் பயங்கரவாதம் என்பது இயல்பாக வளர்ந்த விஷச் செடியல்ல. மாறாக சிதைவின் வெளிப்பாடு.

5 லட்சம் கம்யூனிஸ்டுகள் கொலை

சில உதாரணங்களைப் பார்ப்பது அவசியம். உலகிலேயே மிகப்பெரிய இஸ்லாம் மக்கள் தொகை கொண்ட நாடு இந்தோனேஷியா. சுமார் 18 கோடி மக்கள் தொகை கொண்ட இந்நாட்டில் 90 சதம் பேர் இஸ்லாமியர்களே ஆயினும் மதச்சார்பற்ற நாடாகத் திகழ்கிறது. சீனா, ரஷ்யா நாடுகளுக்கு அடுத்தபடியாக கம்யூனிஸ்ட்டுகள் அதிகம் வாழ்ந்த நாடு அது. ஏகாதிபத்திய எதிர்ப்பு போராட்டத்திலும் மதச்சார்பற்ற ஜனநாயகத்திலும் நம்பிக்கையும் பாரம்பரியமும் கொண்ட நாடு. சுகர்னோ ஆட்சியில் நாசகோம் (Nasakom) கூட்டணியில் கம்யூனிஸ்ட்டுகளும் இடம் பெற்றிருந்தனர். அந்த ஆட்சி பெட்ரோல் கம்பெனிகளை தேசவுடைமையாக்கியது. வந்தது ஆபத்து. தங்கள் லாப கொள்ளைக்குத் தடை வந்ததும் வெகுண்டது ஏகாதிபத்தியம். சிஐஏ உதவியுடன் சுகர்தோ தலைமையில் 1965 இல் ராணுவக் கலகம் செய்து ஆட்சியைப் பிடித்தது. சுமார் 5 லட்சம் கம்யூனிஸ்ட்டுகள் படுகொலை செய்யப்பட்டனர். சமீபத்தில்தான் அங்கு ஜனநாயகம் மீண்டுள்ளது.

சூடான் மற்றுமொரு கம்யூனிஸ்ட் நாடு. ஆப்பிரிக்காவில் உள்ளது. அங்கு தோழர் மகஜோப் (Mahjoub) ஆட்சியை சிஐஏ கவிழ்த்தது. நிமிரிகள் என்ற பழங்குடியினர் (Nimierys) கலகம் மூலம் இது நடந்தது.

ஈரானில் மொசாதக் (Mossadegh) தலைமையில் இயங்கிய தேசியக் கட்சியும், கம்யூனிஸ்ட் கட்சியும் பெரும் முற்போக்கு சக்திகள். அங்கும் மொசாதக் பதவிக்கு வந்ததும் எண்ணெய் வயல்களை தேசியமயமாக்கினார். அவர் ஆட்சியை சிஐஏ கவிழ்த்தது. ஷா தலைமையில் பொம்மை ஆட்சியைத் திணித்தது.

கம்யூனிஸ்டுகளும் முற்போக்காளர்களும் கசாப்பு செய்யப்பட்டனர். பின்னர் ஷாவின் கொடுங்கோல் ஆட்சியை எதிர்த்து கொமேனியால் தலைமை தாங்கப்பட்ட முல்லாக்கள் தான் கலகம் செய்து ஷாவை வீழ்த்த வேண்டியதாயிற்று.

ஆப்கானிஸ்தானில் 1978 இல் சவுர் புரட்சி என்ற ஏப்ரல் புரட்சி கம்யூனிஸ்ட்டுகளால் நடத்தப்பட்டு நன்மைகள் காய்க்கத் துவங்கிய போது அமெரிக்கா கலகப்படையை ஏவிவிட்டதை முன்பே பார்த்தோம். தாலிபான்கள், அல்கொய்தா எல்லாமே ஏகாதிபத்தியம் பெற்ற பிள்ளைகள் அன்றோ?

கம்யூனிஸ்ட்டுகள் அல்லாதவர்களாக இருப்பினும் வலிமை மிக்க முற்போக்கு தேசமாக அந்நாடுகள் தலையெடுக்கத் துவங்கினால் தலையைக் கொய்ய சிஐஏ சதிவாள் வீசும். இது வரலாறு.

அல்ஜீரியாவின் நெடிய போராட்ட வரலாறு இதனைப் படம் பிடிக்கும். எகிப்தில் கமால் அப்துல் நாசர் இஸ்லாமிய சகோதரத்துவத்தை உயர்த்திப் பிடித்து இஸ்லாமிய ஒற்றுமையைக் கட்ட முயன்றார். சூயஸ் கால்வாய் மீது தங்கள் நாட்டின் ஆதிபத்திய உரிமையை நிலைநாட்டினார். கூட்டுச் சேரா இயக்கத்தில் நேருவுடன் இந்தியாவுடன் தோள் சேர்ந்து நின்றார். அவருக்கும் சோதனை வந்தது.

மத்திய கிழக்கில், சிரியாவில், ஈராக்கில், ஈரானில் மார்க்சிய தத்துவம் மேலோங்கி எழுந்ததையோ சோஷலிச சிந்தனை பரவியதையோ யாரும் வெளியே கூறாமல் இஸ்லாமிய பயங்கரவாதம் பற்றி மட்டும் கூறுவது அவர்கள் நோக்கத்தைக் காட்டிக் கொடுத்து விடவில்லையா?

கம்யூனிஸ்ட்டுகள் பங்கு பெற்ற அல்லது கம்யூனிஸ்ட்டுகள் சாராத முற்போக்கு அரசுகள் இஸ்லாமிய நாடுகளில் பின்னடைவை சந்தித்தது வரலாற்று ரீதியானது. அங்கெல்லாம் உருவாகி வளர்ந்த பூர்ஷுவா வர்க்கம், காலனி ஆட்சிக்குப் பிந்தைய காலகட்டங்களில் உருவான உள்நாட்டு தீவிரவாதத்தில் சிக்குண்டது. மூன்றாம் உலக நாடுகளில் ஏற்பட்டதே இங்கும் ஏற்பட்டது. அதேசமயம் அங்கிருந்த கம்யூனிஸ்ட்டுகள் செய்த நடைமுறைத் தவறுகளும் பிரச்சினைகளை மண்ணுக்கு ஏற்ப கையாளாத நிலைமையும் அதற்குரிய பங்கை ஆற்றின. சோவியத் யூனியன் சிதைவிற்குப் பல ஆண்டுகள் முன்பே இந்தச் சிதைவு மூன்றாம் உலக நாடுகளில் தென்படத் துவங்கிவிட்டது என்கிறார் பிரபாத் பட்நாயக்.

வெற்றிடத்தில் உருவானதே பயங்கரவாதம்

இந்தச் சூழலில், ஏகாதிபத்தியமும் அவர்களால் தூண்டிவிடப்பட்ட சக்திகளும் நேரடியாகவோ, மறைமுகமாகவோ பல நாடுகளில் தேசிய முற்போக்கு சக்திகளை சீர்குலைத்தன. கொன்று குவித்தன. ஆட்சியை கவிழ்த்தன. பொம்மை அரசுகளை உருவாக்கின. அவற்றை ஆட்டுவித்தன. கம்யூனிசம் முளைவிடாமல் தடுக்கவும் பெட்ரோல் எண்ணெய் வளத்தை சூறையாடவும் தமது மேலாதிக்கத்தை நிலைநாட்டவும் ஏகாதிபத்தியம் பின்னிய சதிவலையில் முஸ்லீம் நாடுகளில் முற்போக்கு இயக்கங்கள் உருக்குலைக்கப்பட்டன. அந்த வெற்றிடத்தில் உருவானதுதான் இந்தப் பயங்கரவாதம் எனில் மிகையன்று. எனவேதான் எகிப்து அதிபர் நாசர் உருவாக்கப் பாடுபட்ட இஸ்லாமிய நாடுகளின் ஒற்றுமை கானல் நீரானது. ஆப்கன் தாக்கப்படும் போது, அமெரிக்காவுடன் பல முஸ்லீம் நாடுகள் கைகோர்த்தன. பின்லேடனை தமது லட்சிய கதாநாயகனாகக் கொண்ட இளைஞர்கள் மனித வெடிகுண்டுகளாய் உலகெங்கும் இப்போது உலா வருகிறார்கள்.

ஆப்கன் இன்று சீரழிந்து கிடப்பதை இந்தப் பின்னணியில் பார்த்தால் பல உண்மைகள் புலப்படும். எண்ணெய் வளம் பற்றிய சண்டையை அடுத்து பார்ப்போம். அதற்கு முன் ஆப்கன் பற்றி ஒரு சிறிய கேள்வி. 1920களில் அமானுல்லாகான் பெண்கள் விடுதலை பெற நடவடிக்கை எடுத்தும் இன்றும் பர்தாவுக்குள் ஆப்கனும் அங்குள்ள பெண்களும் திணறுவதேன்? இது தாலிபான் கொண்டு வந்ததா? ஒருவகையில் அது சரி. ஆனால் அது முழு உண்மை அல்ல.

ஆப்கனில் பலதார மணத்தை அமானுல்லாகான் தடை செய்து 70 ஆண்டுகள் ஆன பின்னும் இன்னும் அகதிகள் முகாமில் கூட பலதார மணம் சர்வ சாதாரணமாக நடப்பதை மோசென் என்ற திரைப்பட இயக்குநர் வேதனை ததும்ப விவரிக்கிறார். பர்தாவை பெண்கள் பலர் விரும்பியே அணிகின்றனர். இதுவே பாதுகாப்பானது என்று கருதுகின்றனர். அதி நவீன சொகுசுக் காரில் வலம் வந்த அமானுல்லாகான் கொண்டு வந்த சீர்திருத்தம் கண்டு ஒட்டகம் மேய்த்து திரியும் ஏழை முஸ்லீம்கள் மிரண்டனர். அவர்கள் கடவுளின் கோபத்திற்கு அஞ்சினர். பெரும் வசதி படைத்தவர்கள் பர்தாவை தூக்கி எறிய முன்வந்தபோது கல்வி அறிவற்ற பழங்குடி முஸ்லீம்கள் அதை உயர்த்திப் பிடித்தனர். பழங்குடியினர் இடையே உள்ள ஏற்றத்தாழ்வும் அறியாமையுமே

பர்தா. அதுவே தாலிபான்களைக் கொண்டுவர வழிசெய்தது என்பதை மறந்துவிடக்கூடாது.

தவறு எங்கே ?

பாகிஸ்தான் பேராசிரியர் பர்வேஸ் ஹூட்பாய் சரியாகக் கூறுவதன் சாரம் இதுதான்:

முஸ்லீம்கள் தங்களுக்குத் தாங்களே சுய பச்சாதாபம் காட்டுவதை நிறுத்த வேண்டும். மேற்கத்திய வல்லரசுகள் விரிக்கும் சதிவலைகளில் விழுவதைத் தவிர வேறு வழியில்லை என்று புலம்புவதை நிறுத்த வேண்டும். இஸ்லாமியரின் உயரிய விழுமியங்களின் வீழ்ச்சி காலனிய அடிமையிருள் கவ்வுகிற காலகட்டத்திற்கு வெகுகாலம் முன்பே துவங்கிவிட்டது. முக்கியமாக அவை உள் பிரச்சினைகளே ஆகும். எனவே தவறு எங்கே நடந்தது என்று இஸ்லாமியர்கள் கேட்க வேண்டும்.

1,400 ஆண்டுகளுக்கு முன்பு மிகச்சிறிய எண்ணிக்கையிலிருந்த அரபு பழங்குடிகளிடமிருந்த இஸ்லாம் அல்ல இன்று இருப்பது. இன்று இஸ்லாம் என்பது உலகெங்கும் பரவிக்கிடப்பது. மிகப்பெரியது. பல்வேறு வேற்றுமைகள் கொண்டது. பல்வேறு சிக்கலான சூழலில் இருப்பது. எனவே இஸ்லாமிய மதச்சட்டங்கள்படியே இனி இஸ்லாம் நாடுகள் ஆளப்பட வேண்டும் என்ற எண்ணத்தை முஸ்லீம்கள் கைவிட வேண்டும். எல்லா மதங்களுக்கும் சுதந்திரம், மனித கண்ணியம், மதச்சார்பின்மை, ஜனநாயகம் போன்ற காலத்திற்கேற்ற கருத்துகளை பற்றி நிற்க வேண்டும். பின்லேடன்கள் வழிகாட்டியாக மாட்டார்கள். பயங்கரவாதம் தீர்வாகாது. இஸ்ரேலின் பிடியிலிருந்து பாலஸ்தீனம் விடுதலை பெற வேண்டும். ஊழல் மிகுந்த ஏகாதிபத்திய எடுபிடிகளிடமிருந்து பொம்மை ஆட்சிகளில் இருந்து இஸ்லாமிய நாடுகள் விடுதலை பெறவேண்டும். அதற்கு மதப்பழமைவாதம் உதவாது. மாறாக ஏகாதிபத்திய எதிர்ப்பு முற்போக்கு சக்திகள் உலகெங்கும் திரள வேண்டும். இஸ்லாமிய இளைஞர்கள் அதன் பாகமாக வேண்டும்.

ஆனால் அமெரிக்க யுத்தக் கணக்கும் எண்ணெய்க் கணக்கும் இதற்கு அவ்வளவு சுலபமாக வழிவிடுமா? ஆப்கன் பிரச்சினை முடிவா? தொடக்கமா? தீர்வு எங்கே? எப்போது?

9

பெட்ரோல் - யுத்த தளவாடம் - ஆப்கன் - அமெரிக்கா!

பெட்ரோல்-அமெரிக்கா-ஆப்கானிஸ்தான் இந்த மூன்று சொற்களும் ஒன்றோடு ஒன்று பிணைந்தவை.

1990களில் ஆப்கனில் தாலிபான்கள் கை ஓங்க அமெரிக்க சிஐஏவும் பாகிஸ்தான் ஐஎஸ்ஐயும் உதவியதைப் பார்த்தோம். அமெரிக்க பெட்ரோல் எண்ணெய் நிறுவனங்கள் பெரும் தொகையை தாலிபான்களுக்கு வாரி இறைத்ததாக ரிச்சர்ட் தாண்டர் (Richard Tandar) கூறுகிறார்.

வளைகுடா நாடுகளின் எண்ணெய் வளமும் பெட்ரோல் நாணயமும் அமெரிக்காவுக்கு எப்போதும் வயிற்றெரிச்சல் கொடுப்பவை என்பதை அறியாதார் யார்? மத்திய ஆசியாவில் பூமிக்கடியில் புதைந்து கிடக்கும் எண்ணெய் மற்றும் எரிவாயு என்பவை எப்போதுமே அமெரிக்காவின் வர்த்தக நோக்கில் முக்கிய இடம் பெறுபவை.

ஈரானுக்கு எதிரான தனது அரசியல் வர்த்தகக் கெடுபிடிக்கு ஆப்கனை ஒரு கருவியாக்கக்கூட அமெரிக்கா கருதியது. அதிலும் குறிப்பாக தாலிபான்கள் என்பவர்கள் சுன்னி எனும் இஸ்லாமியப் பிரிவைச் சேர்ந்தவர்கள். ஆப்கனில் இவர்களே 84 சதம். ஈரானிலோ ஷியா பிரிவே அதிகம். இந்த மதப்பூசலை விசிறிவிட்டு தங்கள் வர்த்தக நலனை காக்க - இப்பிராந்தியத்தில் காலூன்ற அமெரிக்கா பெரிதும் விரும்பியது. தாலிபான்கள் தங்கள் கையை மீறி விட்டதால் தற்போது தங்கள் பிடிக்கு அடக்கமான ஆட்களை அமெரிக்கா தேடுகிறது. தற்போது அமைந்துள்ள தற்காலிக அரசைக்கூட அமெரிக்கா மனம் உவந்து ஏற்கவில்லை. முன்னாள் மன்னர் ஜாகிர்ஷாவின் பொம்மை ஆட்சி மூலம் தாமே நேரடியாக அதிகாரம் செலுத்துவதே தமது வர்த்தக நலனுக்கு உகந்தது என்ற கருத்து அமெரிக்காவுக்கு உண்டு.

"இயற்கை வளங்களுக்கான யுத்தம்" *(Resources war)* என்கிற புத்தகத்தின் ஆசிரியர் மைக்கேல் கிளேர் *(Michaeal Klare)*ஐ மேற்கோள் காட்டி ஜான் ஃப்ளன்டர் *(John Flanders)* எழுதுகிறார் :

"மத்திய ஆசியாவிலும் காஸ்பியன் பிராந்தியத்திலும் உள்ள எண்ணெய் வளம் அமெரிக்காவின் முன்னுரிமை பிராந்தியங்களாக இப்பிராந்தியத்தை மாற்றியுள்ளது".

காஸ்பியன் எண்ணெய் வளம்

சோவியத் யூனியன் தகர்வுக்குப் பின் முன்னாள் சோவியத் நாடுகளான துர்க்மெனிஸ்தான், அஸர்பைஜான், உஸ்பெகிஸ்தான், கஜக்ஸ்தான் ஆகிய பிராந்தியங்களில் உள்ள எண்ணெய் வளம் அமெரிக்காவின் கண்ணை உறுத்துகிறது. ஆப்கன் எல்லையிலிருந்து 150 கி.மீ. தூரத்தில் உள்ள இந்நாடுகளை உறிஞ்சினால் ஆசியா-பசிபிக் பிராந்தியம் முழுமையுமுள்ள எண்ணெய் வர்த்தகம் அமெரிக்கா கையில் வந்துவிடுமே. இந்த லாப பெருங்கணக்கிற்கும் ஆப்கன் யுத்தத்திற்கும் நேரடித் தொடர்பு இல்லை. ஆனால் ஆழத்தில் இது புதைந்து கிடந்து கிரியா ஊக்கியாக அமெரிக்காவை விரட்டி ஆப்கனை விழுங்க வைக்கிறது.

எண்ணெய் வர்த்தகத்தில் பெரும் ஆதிக்கம் செய்யும் "யுனே கால்" என்ற பன்னாட்டு நிறுவன உதவித் தலைவர் ஜான் ஜே மரேஸ்கா இதுபற்றி விரிவாகப் பேசுகிறார்.

காஸ்பியன் பிராந்தியம் மிகப் பிரமாண்ட அளவிலான - முழுமையும் பயன்படுத்தாத - ஹைட்ரோ கார்பன் வளங்களைக் கொண்டது. இவற்றில் பெரும்பகுதி காஸ்பியன் கடல் பகுதியிலேயே உள்ளன. மேலும் அஸர்பைஜான், உஸ்பெகிஸ்தான், துர்க்மெனிஸ்தான், கஜகஸ்தான் ஆகிய இடங்களில் எண்ணெய் எரிவாயு இருப்பது கண்டறியப்பட்டுள்ளது. இது கிட்டத்தட்ட 236 டிரில்லியன் (ஒரு டிரில்லியன் ஆயிரம் கோடி) கன அடிக்கு மேல் இருக்கக்கூடும். இங்கு ஆண்டுக்கு 44 மில்லியன் டன் எண்ணெய் உற்பத்தியாகிறது. இது 2010 இல் 500 சதம் அதாவது 5 மடங்கு அதிகரிக்கக்கூடும். இது மொத்த எண்ணெய் உற்பத்தியில் 5 சதம். அதேசமயம் ஒபெக் எனப்படும் எண்ணெய் வள நாடுகள் அல்லாத நாடுகளின் உற்பத்தியில் 20 சதம் ஆகும்.

இந்த எண்ணெய் வளங்களைக் கொண்டு ஆசியப் பிராந்திய பகுதியில் அதாவது இந்தியா - சீனா - பாகிஸ்தான் - பங்களாதேஷ் உள்ளிட்ட பகுதிகளில் எண்ணெய் தேவையை நிறைவு செய்வது; அந்த சந்தடி சாக்கில் வர்த்தக ஆதிக்கம் செய்வது யாருடைய நோக்கமாக இருக்கும்? அமெரிக்காவைத் தவிர வேறு யாருக்கு மூக்கு வியர்க்கும்?

ஏற்கெனவே முன்னாள் சோவியத் நாடுகள் மீது அமெரிக்கா "மனித உரிமை மீறல்" உள்ளிட்ட பல புகார்களைக் கூறி வந்துள்ளது. அரசியல் வேறுபாடுகளும் உண்டு. ஆயினும் கையை காலைப் பிடித்தாவது, மிரட்டியாவது, ஊடுருவியாவது, ஒப்பந்தம் செய்தாவது அந்த வளங்களைப் பெறுவதில் அமெரிக்காவுக்கு எந்தத் தயக்கமும் கிடையாது.

டிசம்பர் 2000இல் அமெரிக்க அரசு வெளியிட்ட ஆப்கனின் எரிசக்தி ஆற்றல் குறித்த வெள்ளை அறிக்கை கூறுவது முக்கியமானது.

ஐந்து எண்ணெய் மார்க்கங்கள்

மத்திய கிழக்கு ஆசியாவிலிருந்து அரேபியன் கடல் வழி - எண்ணெய்க் குழாய்கள் மூலம் எரிவாயுவை கொண்டு செல்ல ஆப்கன் பிரதேசம் பூகோள ரீதியாகவும், வர்த்தக ரீதியாகவும் மிக முக்கியமான - மையமான இடத்தில் உள்ளது. பல்லாயிரம் பில்லியன் டாலர் செலவில் உருவாக உள்ள பிரமாண்டமான எரிவாயுக் குழாய் ஆப்கன் வழியே செல்ல ஏற்ற அரசியல் தட்ப வெப்பநிலை உருவாக்கப்படுவதில் அந்த வெள்ளை அறிக்கை கவலை கொண்டது.

ஏற்கெனவே உள்ள எரிவாயு எண்ணெய்க் குழாய்கள் சோவியத் ரஷ்யாவை நோக்கி மேற்கே செல்லக்கூடியவை. தெற்கே செல்லவும் கிழக்கே செல்லவும் அதற்கு இணைப்பு இல்லை. எனவே புதிய குழாய்ப் பாதை அமைக்க வேண்டும்.

இந்த சவாலை நிறைவேற்ற 1. காஸ்பியனிலிருந்து ரஷ்யா வழி வடக்குப்பாதை, 2. ஜார்ஜியா - துருக்கி வழி மேற்குப்பாதை, 3.சீனா வழி கிழக்குப்பாதை, 4. ஈரான் வழி தெற்குப்பாதை, 5.ஆப்கானிஸ்தான் - பாகிஸ்தான் வழி தென்கிழக்குப்பாதை என ஐந்து மார்க்கங்கள் உண்டு.

ஒவ்வொன்றிலும் சாதக பாதகங்கள் உண்டு; அரசியல் கணக்குகள், வர்த்தகக் கணக்குகள் உண்டு.

ஆப்கன் மார்க்கமே லாபம்

பல்வேறு சிக்கல்கள் இருந்தபோதிலும் ஆப்கானிஸ்தான் மார்க்கமே சிறப்பான பாதையாகும். இங்கே ஓரளவுதான் தொழில்நுட்ப சிக்கல் இருக்கிறது. துறைமுகங்களை நோக்கிச் செல்வதற்கு இந்த மார்க்கமே சிறப்பானதாகும்.

எண்ணெய் வயல்கள் நெடுந்தொலைவில் இல்லாதது ஒரு கூடுதல் சிறப்பு அம்சம். தரைப்பகுதியும் குழாய் அமைக்க தோதாக இருக்கிறது. மத்திய ஆசிய எண்ணெய்யை ஆசிய சந்தைக்கு நேரடியாக எடுத்துச் செல்வதற்கு ஆப்கன் மார்க்கமே உகந்தது. பெருமளவு செலவு குறைவானது. இதனால் லாபம் பல மடங்கு அதிகம்.

துர்க்மெனிஸ்தான், உஸ்பெக்கிஸ்தான், கஜக்ஸ்தான், ரஷ்யா போன்ற நாடுகளில் ஏற்கெனவே இருந்து வரும் குழாய் கட்டமைப்பு மூலம் எண்ணெய் வளத்தை சேகரித்துக் கொள்ளலாம். வடக்குத் துர்க்மெனிஸ்தானில் உள்ள சார்டோஷ நகரத்தின் அருகில் 1,040 கி.மீ. நீளமுள்ள குழாய்ப் பாதையில் சென்று சேரும். பின்னர் இது ஆப்கானிஸ்தான் வழியாக தென்கிழக்கே விரிவடையும். பாகிஸ்தானில் அரேபிய பெருங்கடலில் உள்ள துறைமுகம் ஒன்றில் முடிவடையும். எனவே ஆப்கானிஸ்தானில் இருந்து 440 கி.மீ. தொலைவுக்கு குழாய் அமைத்தால் போதுமானது.

மூன்றரை மீட்டர் விட்டமுள்ள குழாய்ப் பாதையின் மூலம் நாளொன்றுக்கு ஒரு மில்லியன் (10 லட்சம்) பீப்பாய் எண்ணெய் அனுப்ப முடியும். டிரான்ஸ் அலாஸ்கா குழாய் மாதிரியே இதுவும் இருக்கும். கிட்டத்தட்ட 2.5 மில்லியன் டாலர் செலவாகும் என்ற விவரங்களைக் கூறும் ஜான் ஜே மரேஸ்கா (யுனேகால் நிறுவன துணைத்தலைவர்) "இந்தக் குழாய்ப் பாதை சர்வதேச அரசியலில் மட்டுமின்றி பிராந்திய அரசியலிலும் முக்கியமாகத் திகழும்" என்று கூறுகிறார்.

இந்த எண்ணெய்க் குழாய் அமைப்பதில் மிகப்பெரும் ஆர்வம் காட்டும் ரிலையன்ஸ் நிறுவனம் இந்தியா - பாகிஸ்தான் - ஆப்கானிஸ்தான் இடையே நல்லுறவு நிலவ வேண்டும் என்று பாடுபட முயற்சிப்பது தற்செயலானது அல்ல. இந்தப் பிராந்தியத்தில் யுத்தத்திற்கு மட்டுமல்ல, அமைதி திரும்பவும் இந்த எண்ணெய்க் குழாய் திட்டம் உதவும் என்று கூறப்படுகிறது.

'யுனேகால்' என்ற அமெரிக்க நிறுவனம் இதற்கு முயற்சி எடுத்தாலும் துருக்கி டெல்ட்டா எண்ணெய் நிறுவனம், இந்தோனேசிய பெட்ரோலிய நிறுவனம், ஜப்பானின் இன்பெக்ஸ், சிஇகோ, கொரிய ஹூண்டாய், பாகிஸ்தானின் கிரசென்ட் உட்பட பலர் இதில் கூட்டாளிகள்.

சமாதானத்துக்கும் எண்ணெய் உதவட்டும்

கல்ப் டுடே (Gulf-To-day) ஏட்டின் தலைமையாசிரியர் காஸ்பியன் மற்றும் மத்திய ஆசிய எண்ணெய்க் குழாய் பற்றி சித்திரிக்கிறார்:

"மத்திய கிழக்கில் டஜன் எண்ணெய் மற்றும் எரிவாயுக் குழாய் திட்டங்கள் உள்ளன. அவற்றில் சில, பல பில்லியன் டாலர் செலவு பிடிப்பவை. பல எல்லைத்தாவா உட்பட பல்வேறு சிக்கல்கள் கொண்டவை. இவற்றில் பல எண்ணெய்கிங்கரர்களால் பத்தாண்டுகளாய் பேசப்பட்டு வருபவை. சரியான அரசியல் சூழல் கனியக் காத்திருப்பவை."

தாலிபான் மற்றும் பின்லேடன் என்கிற பலி ஆட்டின் வாலை அமெரிக்கா பிடித்துவிட்டது. சாட்சியங்கள் உள்ளனவா இல்லையா என்பது கேள்வி இல்லை. அமெரிக்கா தமது ராணுவ வலுவை நிலைநிறுத்தி மத்திய கிழக்கு மற்றும் காஸ்பியன் எண்ணெய் வளங்களை கொள்ளையடிக்க எண்ணெய்க்குழாய்கள் அமைக்க தக்க தருணமும் ஏற்ற சூழலும் வேண்டுமன்றோ? அதற்காகத்தான் இந்த யுத்தமோ என்று கூட இது குறித்து அலசுவோர் ஐயுறுகின்றனர்.

ஒரு நிமிடம் மவுனம் : உலகில் யுத்தம் இல்லை

'முதல் உலக யுத்தம் தொடங்கி இதுவரை யுத்தத்தினால் இறந்தவர்கள் ஒவ்வொருவருக்கும் தனித்தனியாக ஒரு நிமிடம் மவுனமாக இருப்போம். அப்போது யுத்தம் தவிர்ப்போம். இப்படிச் செய்தால் நம் காலத்தில் மட்டுமல்ல; நமது சந்ததிகள் காலத்திலும் யுத்தம் வராது. அவ்வளவு உயிர்களை யுத்தத்தில் பலியிட்டுள்ளோம்' என்று கியூப் சிங்கம் ஃபிடல் காஸ்ட்ரோ விவரிப்பார்.

உலகம் முழுவதும் இன்று யுத்தத்திற்காக ஒவ்வொரு நிமிடமும் 3,5,91,324 டாலர் செலவிடப்படுகிறது. அப்படியானால் நாளொன்றுக்கு எவ்வளவு? 3,5,91,324 x 60 x 24 டாலர்கள். இப்படியே மாதம், வருடம் என்று கணக்கிடுங்கள். இதுவரை யுத்தத்திற்கு கொட்டியழுத பணம் ஒருபுறம் இருக்கட்டும். ஒவ்வொரு மணித்துளியிலும் உலகெங்கும் ஐந்து வயதுக்குட்பட்ட இரண்டு குழந்தைகள் சாகின்றன. பசி, நோய், குடிநீர் இல்லாமை, மருத்துவம் இல்லாமை இப்படிப் பல காரணங்கள். தினசரி 2 x 60 x 24 அதாவது தினசரி 2,880 குழந்தைகள் சாகின்றன.

இதைப்பற்றி கவலைப்படாமல் யுத்த தளவாட வியாபாரம் மும்முரமாக நடந்து வருகிறது. 1999 வரை 27 முக்கிய ராணுவ

மோதல்கள் 25 நாடுகளில் நடந்துள்ளன. 1945முதல் இன்றுவரை 170 யுத்தங்களில் சுமார் 45 மில்லியன் (4.5கோடி) மக்கள் இறந்துள்ளனர். இவர்களில் பெரும்பாலும் இறந்தவர்கள் பொதுமக்களே என்பது கவனிக்கத்தக்கது.

1998இல் அதிகாரப்பூர்வமாக அறிவிக்கப்பட்ட கணக்குப்படி சுமார் 12 ஆயிரம் கோடி டாலர் ராணுவத் தளவாட வியாபாரத்தில் புழங்கியுள்ளது. பெரும்பாலும் விற்பவை ஏகாதிபத்திய நாடுகளாகவும், வாங்குபவை மூன்றாம் உலக நாடுகளாகவும் உள்ளன. ராணுவத் தளவாடங்கள் உற்பத்தி செய்யும் முதல் 100 நிறுவனங்களில் 75 மூன்றாம் உலக நாடுகளை நம்பியே உள்ளன. லாக்கீட் மார்ட்டின் (Lockheet Martin), போயிங் (Boeing), ராயத்தீன் (Roytheon) போன்ற அமெரிக்க நிறுவனங்கள் பெரும் லாபம் சம்பாதித்துள்ளன.

சமீபத்திய ஆப்கன் யுத்தத்திற்கு முந்தைய அமெரிக்கப் பொருளாதாரம் மந்தகதியில் இருந்தது என்றும் யுத்தம், அங்கு ராணுவத் தளவாட உற்பத்தியில் பெரும் வேகத்தை ஏற்படுத்தியதால் மந்தம் நீங்கி பொருளாதாரம் சுறுசுறுப்பாகி விட்டது என்றும் அமெரிக்கப் பொருளாதார நிபுணர்கள் பெருமைப்பட்டுக் கொள்கிறார்கள்.

பெட்ரோல் - ராணுவத் தளவாட விற்பனை - கம்யூனிச எதிர்ப்பு- உலகை தம் ஆதிக்கக்குடையின் கீழ் ஆளும் வெறி இவையே அமெரிக்க வெளிநாட்டுக் கொள்கையை ஆட்டுவிக்கிறது. அதன் மோசமான பலி ஆடுகளாய் ஆப்கனும் இதர யுத்த பூமிகளும் விளங்குவதைக் காணலாம்.

சமாதானம் ஆப்கனுக்கு மட்டுமல்ல; வளரும் நாடுகள் அனைத்துக்கும் ஜீவாதாரமான பிரச்சினை. ஆனால் யுத்தம் - அதுவே ஏகாதிபத்தியத்தின் உயிர் மூச்சு. சோவியத் யூனியனை காட்டி பனிப்போர் நிலவுவதாகக் கூறினர். ஆனால், அது முடிந்த பின்னும் யுத்தம் தொடர்கிறதே! இந்த நிமிடம்கூட உலகில் ஏதோ ஒரு மூலையில் ஏதோ ஒரு யுத்தம் நடந்துகொண்டே இருக்கிறது. அமெரிக்க லாப நோக்கம் அதில் ஒளிந்தே இருக்கிறது. "ஏகாதிபத்தியம் இருக்கும் வரை யுத்தப்பருக்கள் இருக்கும்" என்று மாமேதை லெனின் எச்சரித்தது மிகச்சரியானது அன்றோ?

அது இருக்கட்டும்; ஆப்கன் யுத்தம் முடிந்துவிட்டதா? தொடர்கிறதா?

10

யுத்தமும் அவலமும் தொடர்கதையா?

"இருள் விலகிவிட்டது. பகற்பொழுது புலர்ந்து கொண்டிருக்கிறது என்றாலும் புதுமையின் கதிர் வரவைக் காண மறுக்கும் சக்திகள் ஆப்கானிஸ்தானத்தின் உள்ளும் புறமும் உள்ளன" என்றார் பாகிஸ்தானிய கவிஞர் பைஸ் அகமது பைஸ். அவர் 1980 இல் சொன்ன வரிகள் இன்றும் பொருந்தும்.

"உள்நாட்டு யுத்தங்களால் சிதிலமடைந்து கிடந்த ஆப்கானிஸ்தான் புதிய சமாதான சகாப்தத்தில் நுழைகிறது. ஹமீது கர்சாய் தலைமையிலான இடைக்கால அரசு காபூலில் பதவி ஏற்றுக் கொண்டது. இது ஆறு மாதங்கள் தொடரும். பின்னர் வலிமையான நிலையான அரசு உருவாக வழிசெய்யும். லோயாஜிர்கா (LOYAJIRGA) என்ற பழங்குடி இனத் தலைவர்கள் அடங்கிய மகாசபை ஆறு மாதத்திற்குப் பின்னர் கூடும். யார் ஆட்சியைத் தொடர்வது என்பதை முடிவெடுக்கும். சுதந்திரமான நேர்மையான தேர்தல் மூலம் புதிய அரசு அமைய திட்டம் வகுக்கும்."

இப்படி ஹர்கிஷன்சிங் சுர்ஜித் பீப்பிள்ஸ் டெமாக்ரசியில் நம்பிக்கை தெரிவித்திருந்தார்.

ஆப்கன் தெருக்களில் மீண்டும் பழைய சந்தோஷம் வந்துவிட்டதாகவும், கடைகளில் நவீனப் பொருட்கள் குவிந்து வருவதாகவும் ஒரு பொன்னுலகு பூக்கக் காத்திருப்பதாகவும் பல ஏடுகள் நம்பிக்கையோடு சித்திரம் தீட்டி வருகின்றன.

அதே சமயம்-

- 95 சத மக்களுக்கு கல்வி அறிவு புகட்டுவது எப்படி?
- விதைக்கப்பட்டுள்ள 2 கோடி கண்ணி வெடிகளை அகற்றுவது எப்படி?
- அகதிகளாக வெளிநாடுகளில் வாழும் 30 சதம் ஆப்கானியர்களை மீண்டும் தாய்நாடு திரும்பச் செய்வது எப்படி?
- துப்பாக்கி மட்டுமே தாமறிந்த நவீனம் என வாழ்ந்து பழகிவிட்ட இளைஞர்களை தேசப் புனரமைப்பில் இறக்கி விடுவது எப்படி?

- முட்டி மோதும் பழங்குடிகளிடையே நிரந்தர சமாதானத்தையும் நல்லிணக்கத்தையும் பூக்கச் செய்வது எப்படி?
- கல்வி விளக்கை அணைத்து பர்தாவுக்குள் மறைத்து அடிமைக்கு அடிமையாய்க் கிடத்தப்பட்டுள்ள பெண்களை உலக அரங்கில் தலை நிமிரச் செய்வது எப்படி?
- முல்லா ஓமரும் பின்லேடனும் தப்பியோடி விடலாம். அவர்கள் விதைத்த தாலிபானிசத்தை - மதவெறி விஷத்தை இறக்குவது எப்படி?
- தொழிலும் விவசாயமும் ஓங்கி மக்கள் வாழ்க்கையில் புதிய ஒளி வீசுவது எப்போது?

இப்படியாக பல நூறு கேள்விகளுடனும் பொழுது புலரும் என்ற நம்பிக்கையுடனும் ஆப்கனில் உள்ள மக்கள் புதுவாழ்வு தொடங்கியுள்ளனர்.

"*மண்ணில் விதைத்தது முளைக்கும்*" என்ற குரானின் சொற்கள் தெம்பூட்ட ஆப்கன் இளைஞர்கள் வீதிகளில் நம்பிக்கைப் பாடலை உரக்கப் பாடுகின்றனர்.

கடந்த காலத்துக்கு சவால் போலவும், எதிர்காலத்துக்கான வாழ்த்துப் பனுவலாகவும், 1980களில் கவிஞர் ஃபஹரி எழுதியது மீண்டும் கேட்கிறது:

> **"நமது கவிதைகளில் நாம் சுதந்திரமும் மகிழ்ச்சியும் மிக்க உழைப்பைப் போற்றுவோம்."**

அடடா... அக்காலம் விரைவதாக!

பளபளக்கும் வைரம்

ஆப்கன் ஒரு பளபளக்கும் வைரம். அதன் ஒவ்வொரு முகப்பட்டையும் வெவ்வேறு தேசிய இனங்களின் - பழங்குடிகளின் பல நூற்றாண்டு கால கலாச்சார செழுமை மிக்கது. யுத்தம் வாரியடித்த தூசியும் தும்பும் இந்த வைரத்தின் முகப்பட்டைகளின் பொலிவை இழக்கச் செய்து விட்டன. இதனை தூசி தட்டி துடைத்து பட்டை தீட்டும் கடும் பணி அந்நாட்டு மக்களுக்கு காத்திருக்கிறது.

கஜினி நகரம் முன்னொரு காலத்தில் கீழை நாடுகளின் கலைக் கோயிலாக இருந்தது. மீண்டும் அந்தப் பெருமை வந்து சேரட்டும்.

கஜினியிலுள்ள கூடகோபுரங்கள் ஹெராத்திலுள்ள பெரிய மசூதி, மஸார் - இ-ஷரிபிலுள்ள மனைச்சிற்பங்கள், ஷிபார்கர் கம்பளம், காந்தகார் உலக செதுக்கு சிற்பங்கள், நூரிஸ்தான் மரச்

சிற்பங்கள் என ஒவ்வொன்றும் புகழ்மிக்கவை. ஆப்கனின் இதயமும் ஆன்மாவும் அவற்றில் பளிச்சிடும்.

அது மட்டுமா? செங்குத்தான மலைச்சரிவுகளில் மலைக் குன்றுகளில் ஆயிரக்கணக்கான ஆண்டுகளாய் நிலைத்திருக்கும் வீடுகள்; தொடர் குண்டு மழையை பல பத்து வருடங்கள் சந்தித்த பின்னரும் நிமிர்ந்து நிற்கும் அந்தக் கட்டடங்கள்; குருவிக் கூடுகள் போல மலைச் சரிவுகளில் ஒட்டிக்கொண்டிருக்கும் குடிசைகள்; முற்றங்கள்; சிக்கலான பாணியில் அமைந்த படிக்கட்டுகள் என எல்லாமும் ஆப்கனின் தனிச் சிறப்புகள்.

இந்தியா - ரஷ்யா - சீனா மற்றும் ஆசிய பசிபிக் நாடுகளை இணைக்கும் சில்க் சாலை - பட்டுச்சாலை ஆப்கன். அதனைத் தங்கள் யுத்தச் சாலையாக மாற்ற பிரிட்டனும் அமெரிக்காவும் செய்த முயற்சிகள் எத்தனை எத்தனை?

அதனால் இழப்பு இல்லாத வீடோ காயம்படாத மனிதனோ கிடையாது. அந்தக் காயங்களும் கண்ணீரும் அவர்கள் நெஞ்சில் இன்னும் பல ஆண்டுகள் வெப்பம் தகிக்க உறுத்திக்கொண்டே இருக்கும். ஆக்கிரமிப்பாளர்களுக்கு எதிரான கோபம் கொப்பளித்துக் கொண்டே இருக்கும். அதைக் கொம்பு சீவிவிட தாலிபான்கள் சமயம் பார்த்து காத்துக் கிடப்பார்கள். பயங்கரவாதத்தின் விதைகள் இன்னும் நசுக்கப்படவில்லை. எனவே மீண்டும் முளைவிடலாம். ஆனால், அது எப்போதும் போல ஏகாதிபத்திய தாக்குதலுக்கு ஏதுவாகுமே தவிர புண்ணுக்கு மருந்தாகாது; புனர்வாழ்வுக்கு வழியாகாது.

"பேட்ரியாட்", "பொடோ"

இன்று உலகமயக் கொள்கையால் - உலக வங்கி, சர்வதேச நிதியம், உட்டோ எனப்படும் உலக வர்த்தக நிறுவனம் என்கிற மூன்று பூதங்களால் வளரும் நாடுகள் அடித்து வீழ்த்தப்படும் போது - அங்குள்ள ஏழைகளை ஏறி மிதித்து செல்வர்களைத் தாங்கிப் பிடிக்கும் போது - கலகங்கள் வெடிக்கும்.

இதை அடக்க, ஒடுக்க ராணுவ பலமும் சர்வாதிகார சட்டங்களும் அமெரிக்காவுக்கும் தேவை. இந்தியாவிற்கும் தேவை. "பயங்கரவாத எதிர்ப்பு" என்கிற திரைமறைவில் ஜனநாயக உரிமைகளைப் புதைக்க அமெரிக்காவில் 'பேட்ரியாட்' சட்டம், இந்தியாவில் பொடோ' சட்டம், இன்னும் பல. நாளை ஆப்கானிலும் வரலாம்.

யுத்தம் இல்லாமல் - உலகைச் சுரண்டாமல் அமெரிக்காவால் ஒரு நிமிடம்கூட ஜீவிக்க முடியாது. எனவே, அந்த அமெரிக்க வல்லூறு மீண்டும் மீண்டும் ஆப்கானிஸ்தானையும், வளைகுடா நாடுகளையும் வட்டமிடும். இஸ்ரேலுக்கு உதவி பாலஸ்தீனத்தை குதறும். பாகிஸ்தான் மூலம் இந்தியாவோடு ஒருபுறம் உரசும். மறுபுறம் தன் இளைய பங்காளியாகத் துடிக்கும் பா.ஜ.க., சங்பரிவார் மூலம் இந்து - முஸ்லீம் வெறுப்புணர்வை விசிறிக்கொண்டே இருக்கும்.

ஏனெனில் முதலாளித்துவம் இறுதித் தீர்வல்ல. சோஷலிசத்துக்கு மாற்றாக உலகில் வேறு இல்லை. எனவே சோஷலிச சக்திகள் மீண்டும் மீண்டும் எழுவதும் போராடுவதும் வரலாற்றில் தவிர்க்க இயலாத விதி. இதனை முடிந்தவரை தவிர்க்க - தள்ளிப்போட - சூழ்ச்சி வலை பின்ன - தனது ராணுவ பொருளாதார மேலாதிக்கத்தை தொடர - அமெரிக்கா மீண்டும் மீண்டும் யுத்தங்களை தூண்டிவிடும். கலகங்களை உருவாக்கும். நாடுகளிடையே பகைமையை வளர்க்கும். நாட்டின் ஒற்றுமையை சிதைக்கும். ஆப்கன் எச்சரிக்கையோடு இதனை எதிர்கொண்டாக வேண்டும். இந்தியாவுக்கும் இது பொருந்தும்.

ஓர் எதிர்காலக் கனவு

ஆப்கன் எதிர்காலம் எப்படி இருக்கும்? ஆரூடம் கூறவோ கணிக்கவோ முடியாது. ஆனால், கனவுகளை யார் தடுக்க முடியும்?

1980-களில் ஜலாலாபாத்தில் ஓர் அகதி முகாமில் ஒரு இளைஞனோடு பத்திரிகையாளர் ஒருவர் நடத்திய உரையாடலை சமீபத்தில் படித்தேன்.

அந்தப் பையன் பெயர் அமானுல்லாகான். வயது எட்டு இருக்கும். அகதி முகாமில் இரவில் அழுகைக் குரலைத் தவிர வேறு எதுவும் கேட்காத வேளையில் இவன் பாடுவான். இப்படி நவாப் அவனை அறிமுகம் செய்ததும் வெளிநாட்டு பத்திரிகையாளர்கள் அவனிடம் உரையாடத் துவங்கினர்.

"எங்களுக்காக ஏதாவது
பாடலைப் பாடேன்!"

அந்தச் சிறுவனும் தலையாட்டினான். ஓரடி பின் சென்றான். குரலை சற்று கனைத்தான். சத்தமாகப் பாடத்துவங்கினான்.

"இந்தக் கவிதை எதைப் பற்றியது? இதன் பொருள் என்ன?" இது பத்திரிகையாளர் கேள்வி.

“மலைகளைப் பற்றியது; எங்கள் நாட்டைப் பற்றியது; புரட்சியைப் பற்றியது.” சிறுவன் கணீர் என பதில் தந்தான்.

பாடி முடித்ததும் அங்கு சற்றுநேரம் மவுனமும் இறுக்கமும் நிலவியது.

“நீ வருங்காலத்தில் யாராக இருக்க விரும்புகிறாய்?”

பத்திரிகையாளர் கேள்வி.

சிறுவன் அமானுல்லாகான் சற்று சிந்தித்தான். பிறகு பிசிறில்லாத குரலில் சொன்னான்:

“எனது தந்தையைப் போல ஓர் ஆசிரியனாக மாற வேண்டும். ஒருவேளை மீண்டும் கலகக்காரர்கள் அச்சுறுத்தினால் போர் வீரனாவேன். ஏன், ஆசிரியனாகவும் போர் வீரனாகவும் இருப்பேன்.”

ஆசிரியனாக...

போர் வீரனாக...

அந்தச் சிறுவனின் ஆசையில் எதிர்கால ஆப்கனின் சித்திரமும் அடங்கி உள்ளது அல்லவா?

சரித்திரம் ஒரு குறுநாவல் அல்ல. தொடர் கதை. பலர் வருவர். போவர். உழைப்பும், வியர்வையும் புதிய சரித்திரத்தை செதுக்கும். உலக வரலாறே அப்படி வியர்வையிலும் கண்ணீரிலும் ரத்தத்திலும் குழைத்து எழுதப்பட்டதுதானே! ஆப்கானிஸ்தான் மட்டும் விதிவிலக்கா? இல்லை.

நெடிய மலைகளும் கணவாய்களும் பீடபூமிகளும் உறுதியான மனிதர்களும் கொண்ட ஆப்கன் விழித்தெழட்டும்!

“கவிதைகளில் - நாம்

சுதந்திரமும்

மகிழ்ச்சியும் மிக்க

உழைப்பை போற்றுவோம்!”

ஆப்கன் கவிஞர் ஃபஹறியின் இந்தக் கவிதை வரிகளோடு இப்போது விடை பெறுவோம்!

11

அழுகுரல் ஓயாத பத்தாண்டுகள்...

இரண்டாம் பதிப்புக்கான பின்னுரை

“ஆப்கன் மக்கள் உயிர் என்ன அவ்வளவு அற்பமாய் போய்விட்டதா? அப்படி ஆகிவிட ஒருபோதும் அனுமதிக்க முடியாது... ஒன்றுமறியா பொது மக்கள் கொல்லப்படுவதை தடுக்க ஆப்கன் அரசு பலமுறை முயன்றிருக்கிறது. ஆயினும், என் செய்ய? நேட்டோ மற்றும் சர்வதேச கூட்டுப் படைகளின் பொறுப்பற்ற நடவடிக்கைகளால் பொது மக்கள் பலியாவது தொடர்கதையாகி விட்டதே.”

“உலகிலேயே வாழ்வதற்கு தகுதியற்ற மிகவும் மோசமான சூழலில் உள்ள தேசமாக; அன்றாடம் மிகவும் ஆபத்தான சூழலில் மக்கள் மரணபயத்தோடு வாழும் தேசமாக ஆப்கன் மாறிவிட்டது.”

இவற்றை சொன்னது யார்? யாரோ வெளியில் இருக்கும் அரசியல் விமர்சகர் அல்ல. அல்லது பொறுப்பைத் தட்டிக் கழிக்கும் அதிகார வர்க்கமும் அல்ல. இதைச் சொன்னவர் ஆப்கானிஸ்தான் பிரதமர் அமீது ஹர்சாய் என்பது அதிர்ச்சியான உண்மை. ஆம். அவராலும் வாய் மூடி இருக்க முடியாத அளவுக்கு நிலைமை கட்டுமீறிப் போய்க்கொண்டிருக்கிறது.

சர்வதேச பயங்கரவாதி என அமெரிக்க அரசால் வர்ணிக்கப்பட்ட பின்லேடனை பிடிக்கப் போவதாக அறிவித்து அமெரிக்க ஏகாதிபத்தியமும் அதன் கூட்டாளிகளும் ஆப்கானிஸ்தானத்துக்குள் பெரும் படையோடு நுழைந்து பத்தாண்டுகள் உருண்டோடி விட்டன. (இந்த புத்தகம் வெளிவந்தும் பத்து ஆண்டுகளாகிவிட்டன) பின்லேடனும் பிடிபடவில்லை, பயங்கரவாதமும் முனை மழுங்கவில்லை, மாறாக ஆப்கன் முழுவதும் இடைவிடா வெடிச்சத்தமும் ஓயாத அழுகுரலுமே தொடர் நிகழ்வாகிவிட்டது.

குழந்தைகளைப் பொறுத்தவரை...

“2009ஆம் ஆண்டு ஆப்கன் குழந்தைகளைப் பொறுத்தவரை மிக மிக மோசமான துயர் மிகுந்த ஆண்டாகிவிட்டது” என

காபூலில் இயங்கும் ஆப்கானிஸ்தான் உரிமை கண்காணிப்பகம் (ஆப்கானிஸ்தான் ரைட்ஸ் மானிட்டர்) என்ற அமைப்பு 2010 ஜனவரி 6ஆம் தேதி வெளியிட்ட அறிக்கையில் அடிக்கோடிட்டு சுட்டிக்காட்டியிருக்கிறது.

அந்த அமைப்பின் இயக்குநர் அஜ்மல் ஷமதி கூறுகிறார்: “2009ஆம் ஆண்டு ஜனவரி முதல் டிசம்பர் முடிய பன்னிரண்டே மாதங்களில் 1,050 குழந்தைகள் யுத்தத்தில் பலியாகியுள்ளன. ஆம். அமெரிக்க ராணுவத்தின் வான்வழித் தாக்குதல், தாலிபான்களின் தற்கொலைத் தாக்குதல் என இரண்டுக்கும் இடையில் அந்தப் பிஞ்சு மலர்கள் உயிரோடு பொசுக்கப்பட்டனர். ஓராண்டின் கணக்குப்படி தினசரி 3 குழந்தைகள் இந்த யுத்த மோதலில் பலியாகிறார்கள்.” பின்லேடனுக்கும் இந்தப் பிஞ்சுக் குழந்தைகளுக்கும் என்ன சம்பந்தம்?

வான் வழித்தாக்குதல்

பொது மக்கள் வாழும் இடங்களில் வான்வழித் தாக்குதல் நடத்தக் கூடாது என்பது சர்வதேச விதி. யுத்தத்தில் பின்பற்றப்பட வேண்டிய தர்மம். ஆனால், அமெரிக்கா ஒருபோதும் எங்கேயும் இதை மதித்ததே இல்லை. அவர்கள் கணக்குப்படியே கூட வான்வழித் தாக்குதலில் பல ஆயிரம் பேர் பலியாகியுள்ளனர். எந்தெந்தத் தேதியில் எங்கெங்கு வான்வழித் தாக்குதல் நடத்தப்பட்டது என்கிற பட்டியல் இப்போது இணையதளத்தில் அடைத்துக் கிடக்கிறது. அவற்றைத் தொகுத்தால் அது ஒரு தனி புத்தகமாகிவிடும். உதாரணத்திற்கு ஒரு சம்பவத்தைப் பார்ப்போம், 2001 அக்டோபர் 7, 2003 ஜூன் 3 ஆகிய இரு நாட்களில் மட்டும் வான்வழித் தாக்குதலில் 3,200 பொது மக்கள் உயிரிழந்துள்ளனர்.

★ ஆப்கன் போராளிகள், தாலிபான்கள் தாக்குதலால் சுமார் 7 ஆயிரம் பேர் கடந்த பத்தாண்டுகளில் உயிரிழந்துள்ளனராம்.

★ அமெரிக்க ராணுவம் மற்றும் கூட்டுப்படையினரின் தாக்குதலால் சுமார் 29 ஆயிரம் பேர் உயிரிழந்துள்ளனராம்.

★ ஆக மொத்தம் சுமார் 36 ஆயிரம் பேர் உயிரிழந்துள்ளதாக அதிகாரப்பூர்வமாக அமெரிக்க ராணுவம் ஒப்புக்கொண்டுள்ளது.

இது அமெரிக்க ராணுவ புள்ளி விவரத் துறை தருகிற தகவல். யுத்தங்களின் போது ராணுவம் உயிரிழப்பை மிக மிகக் குறைத்தே சொல்லும் என்பது ரகசியமல்ல.

தாக்குண்டால் புழுகூட தரைவிட்டுத் துள்ளும். சாக்கடைக் கொசுக்களா ஆப்கானியர்கள்? சுயமரியாதையும் போர்க்குணமும் நெடிய பாரம்பரியமும் கொண்ட ஆப்கானியர்கள் அமெரிக்க ஏகாதிபத்தியத்தின் தாக்குதலை எதிர்த்து நிற்கிறார்கள். எதிரியின் கோழைத்தனமான தாக்குதலில் கோழிக் குஞ்சுகளைப் போல் சாவதைக் காட்டிலும் எதிரிகளை எதிர்த்து போர்க்களத்தில் வீரமரணத்தை முத்தமிடவே ஆப்கன் இளைஞர்களும் இதர பகுதி மக்களும் விரும்புகின்றனர். இதற்கு எண்ணற்ற சாட்சிகள் உண்டு.

இதோ ஒரு காட்சி. 2008ஆம் ஆண்டு ஜூன் மாதம் 13ஆம் நாள் வெள்ளிக்கிழமை காலை 9.30 மணி, காபூல் நகரம் அமைதியாக இருந்தது. திடீரென 300க்கும் மேற்பட்ட தாலிபான்கள் வாகனங்களில் சாலையின் அமைதியைக் கிழித்துக்கொண்டு பறந்து வந்தனர். கண்ணி வெடிகள் தாங்கிய வாகனம் சிறைக் கதவை மோதித் தகர்த்தது. சிறைக்குள் இருந்த தாலிபான் கைதிகள் (தாலிபான்கள் என முத்திரை குத்தப்பட்டு சிறை வைக்கப்பட்டிருந்தவர்கள்) ஆயிரத்திற்கும் மேற்பட்டோர் கண்ணிமைக்கும் நேரத்தில் தப்பி வெளியேறினர்.

இதில் வேடிக்கை என்ன தெரியுமா? இந்தத் தாக்குதல் நடந்த சிறைக்கு கூப்பிடும் தூரத்தில்தான் நேட்டோவைச் சார்ந்த கனடா நாட்டுப்படைகளின் காவல் முகாம் இருந்தது. ஆம். அவர்கள் எதிரிலேயே துணிச்சலாக சிறை உடைக்கப்பட்டது. அங்குள்ள மக்களின் எழுச்சி என்றுதான் கூறவேண்டும்.

தேர்தல் நாடகம்

இவற்றுக்கிடையே ஆப்கானிஸ்தானத்தில் ஜனநாயகத்தை நிலை நாட்டப் போவதாக ஊரை ஏமாற்ற அமெரிக்கா ஒரு தேர்தல் நாடகத்தை கச்சிதமாக அரங்கேற்றியது. முதலில் 2001 டிசம்பர் 5-ம் நாள் பழங்குடி இனத் தலைவர்கள் மகாசபைக் கூட்டம் என ஒன்றை நடத்தி அமீது ஹர்சாய்-ஐ அதன் தலைவராக நியமித்தது. அதன் மூலம் அமெரிக்க ஆட்சியாளர் நலனுக்கு உகந்த ஓர் அரசியல் சட்டத்தை வரைந்து அதை ஆப்கானியர்கள் தலையில் திணித்தது. அதுவும் ஜனநாயகத்தின் பேரால் செய்யப்பட்ட கேலிக் கூத்துதான். 2004ஆம் ஆண்டு டிசம்பர் 7-ம் நாள் நாடுதழுவிய பொதுத் தேர்தல் என்கிற மகா நாடகம் நடத்தப்பட்டது. 53 விழுக்காடு மக்கள் வாக்களித்ததாய் உலகுக்கு அறிவிக்கப்பட்டது. அப்போதும் அமீது ஹர்சாய் வென்றதாக ஒரு சித்திரம் தீட்டப்பட்டு அவர் தலைமையில் அமைச்சரவை ஒன்றும் அமைக்கப்பட்டது.

இப்போது நேட்டோ படைகளும் அமெரிக்கப் படைகளும் தேர்ந்தெடுக்கப்பட்ட ஆட்சியாளர்களின் வழிகாட்டுதலின்படி நாட்டு வளர்ச்சியிலும் பயங்கரவாத ஒழிப்பிலும் மட்டுமே ஈடுபடப் போவதாய் பெரிதாய் பீற்றிக்கொண்டனர். ஆயினும் அமீது ஹர்சாய் வெறும் பொம்மைதான். ஆட்டி வைப்பது அமெரிக்காதான் என்பதை உலகே அறியும். ஆப்கானியர்கள் அறியமாட்டார்களா?

உயிர் பிழைத்திருப்பதற்காக...

அதன் விளைவுதான் மக்கள் போராட்டம் தொடர்கிறது. பகலில் நேட்டோ படைகளும் அமெரிக்க ராணுவமும் ஆப்கன் அரசு போலீசும் ஆட்சி நடத்தும். ஆனால், பெரும்பாலான மக்கள் இதற்கு சம்பந்தம் இல்லாமல் ஒதுங்கிக்கொள்வார்கள். இரவிலோ முழுக்க முழுக்க தாலிபான்களின் ஆட்சி நடக்கும். மக்கள் வெளியே உலவுவார்கள். பகலில் அவர்கள் ஆட்சி. இரவில் இவர்கள் ஆட்சி. என தூங்காத நாடாக ஆப்கானிஸ்தான் மாறிப்போனது. மக்கள் தங்கள் தூக்கத்தைத் தொலைத்துவிட்டனர். ஆனால் நம்பிக்கையைத் தொலைக்கவில்லை.

“ஆப்கானிஸ்தானத்தில் பெரிய அளவு இனியும் ராணுவ நடவடிக்கைகள் தேவைப்படும் என நான் கருதவில்லை... ஆப்கன் அரசின் அனுமதி இல்லாமல் ஒரு வீடுகூட ராணுவத்தால் சோதனையிடப்படக் கூடாது என உத்தரவிட்டுள்ளேன்...” என்றெல்லாம் ஆப்கன் பிரதமர் அமீது ஹர்சாய் வாய்ஜாலம் காட்டினாலும் உண்மை அதற்கு வெகுதூரத்தில் இருந்தது என்பதை கூறவும் வேண்டுமோ?

மக்கள் வாழ்க்கை யுத்தச் சூழலால் நார்நாராய் கிழித்தெறியப்பட்டுவிட்டது. பள்ளிக்கூடங்கள் பெரும்பாலும் பூட்டியே கிடக்கின்றன. கல்லூரிகள் செயல்படுவது அபூர்வம். மக்கள் யுத்த மோதல்களுக்கிடையே வாழ கற்றுக்கொண்டு வருகிறார்கள். ஆயினும் அது உயிர் பிழைத்திருப்பதற்கான போராட்டமே ஒழிய கவுரவமான முன்னேற்றகரமான வாழ்க்கைக்காக அல்ல.

அமெரிக்க மக்களின் கருத்து

அமெரிக்க குடியரசுத் தலைவர் தேர்தலுக்கு முன்னால் அங்கு நடத்தப்பட்ட வெகுமக்கள் கருத்துக் கணிப்பில் 60 விழுக்காடு அமெரிக்கர்கள் இந்த யுத்தம் வேண்டாம். அமெரிக்கப் படைகளை திருப்பி அழைத்துக்கொள்ள வேண்டும் என கருத்து தெரிவித்தனர்.

அதுமட்டுமல்ல ஆப்கன் யுத்தம் தொடங்கி பத்தாண்டுகளாயிற்று, கண்ணுக்கு எட்டிய தூரம்வரை முடிவு தெரியவில்லை.

2009ஆம் ஆண்டு கொல்லப்பட்ட அமெரிக்கப் படைவீரர்கள் எண்ணிக்கை கடந்த ஆண்டைவிட 35 விழுக்காடு அதிகரித்தது. அந்த ஓராண்டில் மட்டும் காயமடைந்தவர்கள் எண்ணிக்கை 4,996. இது கடந்த ஆண்டு எண்ணிக்கையைவிட இரு மடங்காகும். அதுமட்டுமல்ல யுத்தத்திற்கான செலவும் அதிகரித்தவண்ணம் உள்ளது.

ஆப் - பாக். திட்டம்

அமெரிக்க மக்கள் நினைப்பு எப்படி இருப்பினும் ஆட்சியாளர்கள் நினைப்போ வேறு மாதிரியாகவே இருந்தது. ஆப்கனிலிருந்து வெளியேற இதர நேட்டோ படைக் கூட்டாளிகள் முடிவெடுத்துவிட்டனர். ஏனெனில், பிரிட்டனிலும் பிரான்சிலும் இதர ஐரோப்பிய நாடுகளிலும் மக்களின் எதிர்ப்பை அந்தந்த அரசுகள் எதிர்கொள்ள முடியவில்லை. ஆனால், அமெரிக்கா 'படைவிலக்கம்' பற்றி வாய் கிழியப் பேசிக்கொண்டே மறுபுறம் மேலும் 30 ஆயிரம் படைவீரர்களை ஆப்கனுக்கு அனுப்பியுள்ளது. 2011ஆம் ஆண்டு 'படைவிலக்கம்' தொடங்கிவிடும் என அமெரிக்க அதிபர் ஒபாமா வாய்ச் சவடால் அடித்தாலும் 2014ஆம் ஆண்டு வரை அதற்கான வாய்ப்பே இல்லை என்று ராணுவ நிபுணர்கள் அடித்துச் சொல்லுகிறார்கள். மேலும் அமெரிக்கா ஆப்கனை ஏன் தன் விரலசைவில் வைத்துக்கொள்ள விரும்புகிறது? தற்போது அது பிற ஐரோப்பிய நாடுகளுடன் இணைந்து உருவாக்கியுள்ள 'ஆப்-பாக்' (*Afpak*) என்ற திட்டம். அதாவது ஆப்கான் பாகிஸ்தான் ஒருங்கிணைந்த போர் வியூகம் எவ்வளவு ஆபத்தானது - எவ்வளவு குறுகிய சுயநலம் கொண்டது - ஏகாதிபத்திய நலனை முன்னிறுத்துகிற திட்டம் அது என்பதைச் சற்று நுட்பமாக நாம் பரிசீலித்தாக வேண்டும்.

கேள்விகள் சில...

ஆப்கன் விவகாரத்தில் அமெரிக்க கொள்கைகள் படுதோல்வி அடைந்துவிட்டன. நம் முன்னால் நான்கு அடிப்படைக் கேள்விகள் எழுகின்றன:

1. ஆப்கன் விவகாரத்தில் புதை சகதியில் சிக்கிக் கொண்ட பின்னும் அமெரிக்கா எதற்காக ஆப்கானை விட மறுக்கிறது?

2. அமெரிக்காவில், ஏற்கெனவே இருந்த குடியரசுக் கட்சியின் புஷ் கொள்கைகளுக்கும் தற்போதைய ஜனநாயகக் கட்சியின் பாரக் ஒபாமா கொள்கைக்கும் ஏதாவது வேறுபாடு உண்டா?

3. ராணுவ தளபதிக்கும் பாரக் ஒபாமாவுக்கும் இடையே ஏற்பட்டுள்ள ரகசிய ஒப்பந்தத்திற்குப் பின்னும் பாரக் ஒபாமா படைவிலக்கம் பற்றி பேசுவது உண்மையானதுதானா?

4. அண்டை நாடுகளின் பங்கு என்னவாக இருக்கப் போகிறது? குறிப்பாக ஐரோப்பிய நாடுகள் படைவிலக்கம் குறித்து என்ன முடிவெடுக்கப் போகிறார்கள்?

முதலாவதாக ஆப்கனை அமெரிக்கா கைப்பற்றத் துடிப்பது பயங்கரவாதத்தை ஒழிப்பதற்காக அல்ல. ஏனெனில் இதே பின்லேடனை ஊட்டி வளர்த்ததே அமெரிக்காதான். பாகிஸ்தானில் தாலிபான் பயங்கரவாதிகள் முகாம்கள் இருப்பதை அறிந்த பின்னும் அந்நாட்டுக்கு ஏராளமான பண உதவியும் ராணுவ உதவியும் அமெரிக்கா அளித்து வருகிறது என்பது முரண்நகையாகும். ராணுவ ரீதியாக மிகவும் கேந்திரமான ஆப்கானிஸ்தானை தன்னுடைய ஏகாதிபத்திய நலன்களுக்காகவே அமெரிக்கா விரும்புகிறது. மேலும், எண்ணெய் வயல்களும், பெட்ரோல் டாலரும்தான் அமெரிக்காவின் ஒரே குறி.

ஜார்ஜ் ப்ரைட் மேன் என்பவர் எழுதிய 'அடுத்த 100 ஆண்டுகள்: 21ஆம் நூற்றாண்டு தொலைநோக்கு' என்ற நூலில் மிக தெளிவாகக் குறிப்பிடுகிறார்: "யுரேஷியாவில் அதாவது ஆசிய ஐரோப்பிய கண்டத்தில் தன்னைவிட வலிமை மிக்க நாடாக எந்த ஒரு நாடும் உருவாகக் கூடாது என்பதே அமெரிக்காவின் தொலை நோக்குக் குறிக்கோள். எங்கெல்லாம் வலிமையான அரசுகள் உருவாகும் சூழல் இருக்கிறதோ அங்கெல்லாம் தலையிட்டு குழப்பத்தை உருவாக்கி நிச்சயமற்ற தன்மையை ஏற்படுத்துவதே அமெரிக்காவினுடைய நடவடிக்கையாக இருக்கிறது. ஏற்கெனவே சீனாவும் இந்தியாவும் வளர்ந்து வருவதை அமெரிக்கா விரும்பவில்லை. இஸ்லாமிய நாடுகள் ஒன்றுபடுவதையோ வலிமை அடைவதையோ அமெரிக்கா விரும்பவில்லை. மேற்கு ஐரோப்பா, கிழக்கு ஆசியா மற்றும் மத்திய கிழக்கு, ஆப்ரிக்கா என எங்கும் தலையிட்டு சீர்கெடுக்கவே அது முனைப்பு காட்டுகிறது."

அவரும் இவரும்

அதுமட்டுமல்ல, ஆப்கானிஸ்தான் என்பது மத்திய ஆசியாவில் கேந்திரமான ராணுவ மையம். அருகிலே பாகிஸ்தானும் மேற்கு ஈரானும் தொடர்ந்து தன் கட்டுப்பாட்டில் இருக்க வேண்டிய இடங்கள் என அமெரிக்கா கருதுகிறது. குறிப்பாக யுரேஷியாவில் சோவியத் யூனியன் தகர்ந்துவிட்டதால் அவர்கள் ஆதிக்கம் ஏற்பட சமீப காலத்தில் வாய்ப்பில்லை. ஆனால், சீனா முயற்சிக்கக் கூடும். இதை அமெரிக்கா விரும்பவில்லை. மேலும், மத்திய கிழக்கிலும் கரிபீயன் கடல் மார்க்கத்திலும் பெட்ரோல் விற்பனையை தானே ஆள நினைக்கிறது அமெரிக்கா. இந்த அடிப்படை உண்மையில் புஷ் நிர்வாகத்திற்கும் ஒபாமா நிர்வாகத்திற்கும் எந்த வேறுபாடும் கிடையாது.

ஆகவேதான் ஒபாமா பேச்சு ஒன்றாகவும் செயல் ஒன்றாகவும் இருக்கிறது. 2009ஆம் ஆண்டு டிசம்பர் 1-ம் நாள் அவர் கூறினார்: "மேலும் 30 ஆயிரம் துருப்புகளை ஆப்கனுக்கு உடன் அனுப்பப் போகிறேன். இன்று இரவே அதற்கான அறிவிப்பை வெளியிடுவேன். 2010ஆம் ஆண்டு அவர்கள் அங்கு செல்வார்கள். ஆப்கனில் நிலவும் பதட்டத்தைத் தணிக்கவும் உள்ளூர் போர்க்குழுக்களை கட்டுப்படுத்தவும் அரசு நிர்வாகத்தை தேர்ந்தெடுக்கப்பட்ட ஆட்சியின் கையில் ஒப்படைக்கவும் இது உதவும். அமெரிக்காவும் அதன் கூட்டுப்படைகளும் படிப்படியாக படைவிலக்கம் செய்ய இது தொடக்கமாகும். 2011 ஜூலை மாதத்தில் இந்தப் படைவிலக்கம் தொடங்கும்."

படை விலக்கமா? படை குவிப்பா?

படையை விலக்க ஏன் மேலும் படைகளை அனுப்ப வேண்டும்? இது புரியாத புதிர். உண்மையில் அமெரிக்க ராணுவ வீரர்கள் 1 லட்சம் பேரும் இதர நேட்டோ படைவீரர்கள் 50 ஆயிரம் பேரும் ஆக 1 லட்சத்து 50 ஆயிரம் அந்நியப் படைவீரர்கள் உள்ளனர். இதுபோக 1 லட்சத்து 4 ஆயிரத்து 100 பேர் போக்குவரத்து, இதர பணிகளில் ஈடுபடுத்தப்பட்டுள்ளனர். இவர்களும் ராணுவ வீரர்களுமாக ஒட்டுமொத்தமாக சுமார் 2 லட்சத்து 50 ஆயிரம் பேர் அங்கு உள்ளனர். மேலும் நாட்டின் மறுகட்டமைப்பு என்கிற பெயரில் பல்வேறு பன்னாட்டு நிறுவனங்கள் ஒப்பந்தப் பணிகளில் ஈடுபடுத்தப்பட்டுள்ளனர். பல ஆயிரங்கோடி டாலர் அங்குக் கொட்டப்பட்டுள்ளது. அதுபோக ஆப்கனையொட்டிய பாகிஸ்தான்

எல்லையில் 1 லட்சத்து 40 ஆயிரம் பேர் நிறுத்தப்பட்டுள்ளனர். இவர்களையும் சேர்த்தால் 3,90,000 பேர் தாலிபான்களை எதிர்ப்பது என்கிற பெயரால் ராணுவ நடவடிக்கைகளில் இறக்கப்பட்டுள்ளனர். தற்போது ஆண்டுக்கு 60 பில்லியன் டாலர் முதல் 80 பில்லியன் டாலர் வரை அமெரிக்கா ஆப்கனில் கொட்டுகிறது. எல்லாம் ஆப்கனை தன் கைப்பிடிக்குள் வைத்துக்கொள்ள வேண்டும் என்கிற கனவைத் தவிர வேறு எதற்கும் இல்லை.

பூகோள ரீதியாக...

ஆப்கனைப் பொறுத்தவரை பூகோள ரீதியாக மையமான இடத்தில் உள்ளது. பாகிஸ்தானோடு 2,430 கி.மீ எல்லையும்; ஈரானோடு 936 கி.மீ எல்லையும்; தஜிகிஸ்தானோடு 1,206 கி.மீ எல்லையும்; உஸ்பெகிஸ்தானோடு 131 கி.மீ எல்லையும்; துர்க்மேனிஸ்தானோடு 744 கி.மீ எல்லையும்; சீனாவோடு 75 கி.மீ எல்லையும் கொண்டுள்ளது.

ஆப்கன் அருகிலுள்ள எல்லை நாடுகளான ஈரான், தஜிகிஸ்தான், துர்க்மேனிஸ்தான், உஸ்பெகிஸ்தான் ஆகியவற்றின் எண்ணெய் வளத்தின் மீது கண் வைத்துள்ள அமெரிக்காவுக்கு ராணுவ ரீதியாக ஆப்கன் எவ்வளவு முக்கியத்துவம் உள்ளது என்பதை அது அறியும். எனவே அங்கிருந்து வெளியேறும் பேச்சே இல்லை. ஆனால், என்ன சிக்கல் என்றால் மக்கள் நம்பிக்கையைப் பெறமுடியவில்லை. சிக்கல் மேலும் இடியாப்பச் சிக்கலாகிறது. அமீது ஹர்சாய் பிரதமராயிருப்பினும் அவரிடம் மக்கள் நம்பிக்கை வைக்கவில்லை. மாறாக இரவில் தாலிபான்களின் ஆட்சி நடக்கிறது என்று கூட சொல்லலாம். எனவே அதிலிருந்து விடுபட அமெரிக்கா வகுத்த வஞ்சக திட்டம்தான் 'ஆப்- பாக் திட்டம்.'

இந்தத் திட்டப்படி பாகிஸ்தானை அமெரிக்கா தன்னுடைய முக்கியக் கூட்டாளியாகக் கொள்ளும். ஆப்கன் எல்லையிலிருந்து பாக் படைகள் வாபஸானால் அது தாலிபான்களுக்கு வசதியாய்ப் போய்விடும். அதற்கு இடம் கொடுக்கக் கூடாது. மறுபுறம் தொடர் யுத்தத்தால் தாலிபான்களிடையே ஏற்பட்டுள்ள சோர்வை பயன்படுத்தி அவர்களிடையே பிளவை உருவாக்குவது. அதற்கு பாகிஸ்தானை ஆயுதமாகப் பயன்படுத்துவது. மிதவாத தாலிபான்கள் தீவிரவாத தாலிபான்கள் என பிரித்து இனி கையாளுவது. அதாவது வெடிகுண்டை கூட சைவம் அசைவம் எனப் பிரித்துப் பார்க்கிற அதிபுத்திசாலித்தனம். அதன் மூலம் மிதவாத தாலிபான்களோடு

ரகசிய உறவு கொண்டு படிப்படியாக அவர்களோடு ஒரு உடன்பாடு கண்டு அவர்கள் துணையோடு ஆட்சியை நடத்தவோ அல்லது அவர்களை தங்களது கைப்பாவை ஆக்கவோ செய்துவிட்டு படிப்படியாக வெளியேறுவது. அதே சமயம் அமெரிக்க ஏகாதிபத்தியத்தின் பொருளாதார நலன், மேலாதிக்க நலன், ராணுவ நலன் இவற்றை எந்த நேரத்திலும் எந்தச் சூழலிலும் இழந்துவிடாமல் பாதுகாத்துக்கொண்டே தாலிபான்களின் ஒரு சாராரோடு இணக்கம் காண்பது என்பதுதான் ஆப் - பாக் திட்டம்.

ஆப்கன் மக்கள் காத்துக் கிடக்கிறார்கள்... 1.8 லட்சம் ஆப்கானியர்கள் அகதிகளாக வெளிநாடுகளில் துயர்படுகிறார்கள். 30 ஆயிரம் பேர் பாகிஸ்தானில் வதைபடுகிறார்கள். லட்சக்கணக்கில் யுத்தத்தில் உயிர் இழந்துவிட்டனர். வீடு, வாசல், குடும்பம், கல்வி, வியாபாரம், தொழில் அனைத்தையும் இழந்து நிற்கின்றனர். இதற்கெல்லாம் யார் பதில் சொல்லப் போகிறார்கள்?

அமெரிக்க வல்லூறால் கொத்திக் கொத்திப் பிய்த்து எறியப்பட்ட ஆப்கன் உடல் முழுக்க சீழ் ஒழுகும் ரணங்கள். அதைத் தந்தது யார்? அதில் மதவெறி தாலிபான்களுக்கும் பங்குண்டு ஏகாதிபத்தியத்தின் பங்கு பெரும் பங்கு. எனவே ஏகாதிபத்தியத்தை எதிர்த்து உலக மக்கள் உரக்கக் குரல் எழுப்பும் நாளே விடியலின் தொடக்கமாகும். இன்று உலகெங்கிலும் வளர்ந்து வரும் ஏகாதிபத்திய எதிர்ப்பு போராட்டங்கள் வலுப்பட வலுப்பட ஆப்கனில் உள்ள ஜனநாயக சக்திகளின் குரல் வலுப்படும். நம்பிக்கை ரேகை பளிச்சிடும். அந்த இனிய நாளுக்காகத்தான் ஆப்கன் மக்கள் உலக மக்களோடு காத்துக் கிடக்கிறார்கள். அந்த நாள் விரைவதாக!

"மழைத் துளிகளின்
வருடலுக்காக
தவமிருக்கும்
பாலைவனப் பூக்களைப் போல...

கரை புரண்டோடும்
வெள்ளப் பெருக்கிற்காக
தன்னை வலுப்படுத்திக் கொள்ளும்
நதிக் கரைகளைப் போல...

வெளிச்ச ரேகையை
தரிசிக்க

வெகுநேரம் விழித்திருக்கும்
இரவைப்போல

சீர்ப்படுத்த வரும்
பெண்ணிற்காகக்
காத்து நிற்கும்
வீட்டைப்போல...

அமைதியின் கரங்களில்
ஆசுவாசப்படுத்திக் கொள்ள
கண்ணயர்ந்து தூங்க
சுகமாய் சுவாசிக்க
காத்திருக்கிறது எம் தேசம்!"

- ஓர் ஆப்கன் கவிதை

12

பின்லேடனின் கடைசித் தொழுகையும், கேள்விகளும்

“பல ஆண்டுகளாக ரகசியமாகவும், பாதுகாப்பாகவும் இருந்த அந்த வீடே கடைசியில் எங்களுக்கு மரணப் பொறியாக மாறிவிட்டது” என்கிறார் பின்லேடனின் நான்காவது மனைவி அமால்.

சர்வதேச பயங்கரவாதி என அமெரிக்காவால் முத்திரை குத்தப்பட்டு, தேடப்பட்டு வந்த ஒசாமா பின்லேடன் கதையை முன்பே பார்த்தோம். இரட்டைக் கோபுர இடிப்புக்கு சூத்திரதாரி அவர்தான் எனச் சொல்லியே அவரைப் பிடிக்க எனும் சாக்கில் நேட்டோ படைகள் ஆப்கனில் நுழைந்து முகாமடித்தன. அதற்குத் தோதாக அமீது ஹர்சாய் எனும் தன் கைப்பாவையை ஆப்கனின் அதிகார பீடத்தில் அமர்த்தி அமெரிக்கா ஆட்டுவித்து வந்தது.

பின்லேடன் ஆப்கானில் அந்த மலையில் இருப்பதாக, இந்தக் குகையில் இருப்பதாக பல ஆண்டுகளாக புனையப்பட்ட கதைகளை உலவவிட்ட அமெரிக்கா, இறுதியில் 2011ஆம் ஆண்டில் அவரைக் கொன்றதோ பாகிஸ்தானில். ஆனால், அதற்காக குண்டுமழையை பல வருடங்களாகச் சந்தித்து துயரத்தில் மூழ்கியது ஆப்கன்தான்.

பின்லேடன் கொல்லப்பட்டது குறித்து பிபிசி செய்தி நிறுவனம் தந்த ஒரு தகவல்:

“ஒசாமாவின் இறுதி நிமிடங்களில் அவருடன் இருந்தவர்கள் யார்? அந்த நடுநிசி நேரத்தில் என்ன நடந்தது?”- என்று மனம் திறந்து முதன்முறையாகச் சொல்கிறார் ஒசாமா பின்லேடனின் நான்காவது மனைவி அமால்.

ஸ்காட் கிளார்க் மற்றும் அட்ரியன் லெவி இணைந்து எழுதிய, "த எக்ஸைல்: த ப்ளைட் ஆஃப் ஒசாமா பின்லேடன் அபவுட் த லாஸ்ட் ஃப்யூ மினிட்ஸ் ஆஃப் 9/11 மாஸ்டர்மைண்ட்ஸ் லைஃப்” புத்தகத்திற்காக, அமால் அவர்களிடம் மனம் திறந்து பேசியிருக்கிறார்.

"சண்டே டைம்ஸ் யூ.கே" -யில் இந்தப் புத்தகத்தின் ஒரு பகுதி வெளியாகியுள்ளது.

2011, மே முதல் தேதியன்று இரவு உணவு முடிந்தது, பாத்திரங்களையும் சுத்தம் செய்தாயிற்று. வழக்கம் போல் இரவு நேரத் தொழுகைக்குப் பின் ஒசாமா பின்லேடனும், அமாலும் மேல் மாடியில் இருந்த படுக்கையறைக்குச் சென்று விட்டனர். இரவு 11 மணி இருக்கும்; ஒசாமா ஆழ்ந்த நித்திரையில் இருந்தார்.

பாகிஸ்தானின் அபோட்டாபாதில் ஒசாமா பின்லேடன் ரகசியமாக மறைந்து வாழ்ந்த அந்த வீட்டில் திடீரென்று மின்சாரம் தடைப்பட்டு, வீடு முழுவதும் இருளில் மூழ்கியது. பாகிஸ்தானில் மின்சாரத் தடை ஏற்படுவது வழக்கமானது என்பதால், யாரும் அதைப் பெரிதாக எடுத்துக் கொள்ளவில்லை.

நள்ளிரவு நேரம். அமாலின் மனதில் காரணமே இல்லாமல் ஏதோ கலக்கம் ஏற்பட்டு தூக்கம் கலைந்தது. ஏதோ சப்தம் கேட்டதாகத் தோன்றினாலும், அது பிரமையாக இருக்கும் என்று நினைத்தார். ஆனால், சிறிது நேரத்திலேயே மாடியில் யாரோ ஏறுவது போலத் தோன்றியதால் அமாலுக்கு கவலை ஏற்பட்டது. உன்னிப்பாகக் கவனித்தார்.

மின்சாரம் இல்லாமல், இருள் சூழ்ந்த நள்ளிரவாக இருந்தாலும், யாரோ கடந்து போனது நிழல் போலத் தெரிந்தது. சப்தங்கள் அதிகமாயின. ஜன்னல் வழியாகக் காற்று உள்ளே வந்தபோது, அன்னியர்கள் நுழைந்துவிட்டார்களோ என்ற அமாலின் சந்தேகம் உறுதியானது.

இதற்கிடையில் படுக்கையில் படுத்திருந்த ஒசாமா பின்லேடனும் திடுக்கிட்டு எழுந்து உட்கார்ந்தார். அவர் முகத்தில் அச்சம் நிலவியது அப்பட்டமாகத் தெரிந்தது. கணவர் தன்னைப் பிடித்துக் கொண்டதாகக் கூறும் அமால், "எங்களை யாரோ உற்றுப்பார்ப்பது போலவும், மேலே ஆட்கள் ஓடுவது போலும் உணர்ந்தோம். சட்டென்று நாங்கள் இருவரும் அங்கிருந்து எகிறிக் குதித்து ஓடினோம். எங்கள் வீட்டின் சுவர்கள் அதிர்ந்தன."

"பால்கனியை ஒட்டியிருந்த கதவின் வழியாகப் பார்த்தோம், அவர்கள் உள்ளே வந்து கொண்டிருந்தார்கள். அமெரிக்காவின் பிளாக் ஹாக் ஹெலிகாப்டர் வீட்டின் அருகே இருந்ததைப் பார்த்துவிட்டோம். சில நிமிடங்களில் மற்றொரு ஹெலிகாப்டரும் வந்துவிட்டது. அத்துடன், அமெரிக்க ராணுவத்தின் சிறப்புக்

குழுவும் அவர்களுடன் இணைந்து கொண்டது" என்று மறக்க முடியாத அந்த இரவைப்பற்றி அமால் வர்ணிக்கிறார்.

யாரோ தங்களை ஏமாற்றிவிட்டதை அவர்கள் உணர்ந்ததாகத் தோன்றியது என்று ஒசாமாவின் கடைசி நிமிடங்கள் பற்றிய புத்தகத்திற்காகத் தான் கொடுத்த பேட்டியில் அமால் சொல்கிறார்.

"பல ஆண்டுகளாக ரகசியமாகவும், பாதுகாப்பாகவும் இருந்த அந்த வீடே கடைசியில் எங்களுக்கு மரணப்பொறியாக மாறிவிட்டது." என்று அந்த நேர்காணல் முடிகிறது.

ஒசாமா பின்லேடனின் நான்கு மனைவிகளில் மற்ற மூன்று பேரும், குழந்தைகளும் இரண்டாவது மாடியில் இருந்த படுக்கையறைக்குள் வந்துவிட்டார்கள், என்ன செய்வது என்று யாருக்கும் புரியவில்லை, அனைவரும் தொழுகை செய்தார்கள். வழக்கமான தொழுகைக்கும், அன்றைய கனத்த இரவின் தொழுகைக்கும் இருந்த ஒரே வித்தியாசம், அது ஒசாமாவின் கடைசித் தொழுகையாக இருந்தது என்பதுதான்.

இந்த வர்ணனையில் ஒரு நாடகத் தன்மை இருப்பினும், கடைசி நொடியில் ஒசாமா தனித்துவிடப்பட்டார் என்றே தோன்றுகிறது. பின்லேடன் பாதுகாப்பு வளையம் இல்லாமலா இருந்தார் எனும் பெருங்கேள்வியைத் தவிர்க்க முடியவில்லை.

அமெரிக்காவால் ஊட்டி வளர்க்கப்பட்ட அந்த முன்னாள் சிவில் இன்ஜினியர் ஒசாமா பின்லேடன் மதரீதியில் கடுங்கோட்பாட்டுவாதி; பயங்கரவாதி என்பதில் ஐயமில்லை. தன்னுடைய செல்லப்பிள்ளையாய் அவர் இருந்தது வரை அவரைத் தூக்கிச் சுமந்த அமெரிக்கா, அவர் ஏகாதிபத்திய எதிர்ப்பு நிலை எடுத்ததும் கொன்றொழிக்க முடிவு கட்டியது. இடையில் நடந்த இரட்டைக் கோபுரத் தகர்ப்பு, அந்தக் கொலைக்குச் சாக்கானது.

அந்த செப்டம்பர் 11. இரட்டைக் கோபுரத் தாக்குதல் குறித்தே உண்மையான சித்திரம் உலகுக்கு இன்னும் கிடைக்கவில்லை. ஈ கூட புகமுடியாது என தம்பட்டம் அடிக்கப்பட்ட அந்த பெண்டகன் இரட்டைக் கோபுரத்தை, ஒசாமா பின்லேடன்தான் தனித்துத் திட்டமிட்டு விமானதைக் கொண்டு மோதி தகர்த்தானா? அதற்குப் பின்னும் சிஐஏவின் கரமோ அல்லது வேறு ஏதோ வலுவான கரமோ உள்ளதா? யாரறிவார்? அமெரிக்கா சொன்னதே மெய்போல் உலவுகிறது. அவ்வளவுதான்.

அதேபோல் பின்லேடன் கொல்லப்பட்டதும், அவர் உடல் கடலில் வீசப்பட்டதும் இன்னும் விடுபடாத புதிரே! எதிரியாயினும் அவர் செத்த பிறகு செத்தவரின் மதப் பாரம்பரியப்படிதானே அடக்கம் செய்ய வேண்டும்? கடலில் தூக்கி வீசியது எவ்வகை நியாயம்? அவ்வளவு அவசரம் ஏன்?

இரட்டைக் கோபுர வழக்கில் சம்பந்தப் படுத்தப்பட்ட 19 பேரில் 15 பேர் சவுதி அரேபியர், இதில் ஒருவர்கூட ஆப்கானிஸ்தான், ஈரான், ஈராக், யேமன், லிபியா நாட்டைச் சார்ந்தவர்கள் கிடையாது. ஆனால், பயங்கரவாதத்திற்கு எதிரான போர் என்கிற பெயரில் அதே சவுதி அரேபியாவுடன் அமெரிக்கா கூட்டுச் சேர்ந்து மேற்காசிய பிராந்தியத்தையே யுத்தகளமாக மாற்றியது என்ன நியாயம்?

பின்லேடனைப் பிடிக்க எனச் சொல்லி தொடர்ந்து சல்லடையாய் குண்டுகளால் அமெரிக்காவும் நேட்டோ படைகளும் ஆப்கனைத் துளைத்தது ஏன்? மிகப்பெரிய எண்ணிக்கையில் சாதாரணப் பொதுமக்களைக் கொன்று குவித்தது ஏன்?

பாகிஸ்தான் அமெரிக்காவின் அந்தரங்க நட்பு நாடு. அங்கு எதுவும் அமெரிக்கா சொல்லை மீறி நடக்காது. அப்படி இருக்க பின்லேடன் அங்கு முகாமடித்தது அமெரிக்காவுக்கு தெரியாதா? தெரியாதெனில் பின்லேடனுக்கு அடைக்கலம் கொடுத்த பாகிஸ்தானை அமெரிக்கா குற்றவாளியாக்காதது ஏன்? இது கூட்டுக் களவாணித்தனம் என்பது விளங்கவில்லையா?

இறையாண்மை மிக்க ஒரு நாடான பாகிஸ்தானில் பின்லேடனைக் கொல்ல எனக் கூறிக்கொண்டு அத்துமீறி நுழைந்து அமெரிக்கா தாக்குதல் நடத்தியது எந்த உலக நியாயத்துக்கு உட்பட்டது? சில நாடுகள், கட்சிகள் தவிர்த்து இந்தியா உட்பட உலக நாடுகள் இதனை வரவேற்றது எப்படி? நாளை எந்த நாட்டிலும் யாரும் இப்படி அத்துமீறி நுழைந்து தாக்கலாமா?

இப்படி எழும் முடிவற்ற கேள்விகளுக்கு சர்வதேச சமூகத்தில் திருப்தியான பதில் இல்லவே இல்லை. உண்மையைச் சொல்லப்போனால் அமெரிக்க ஏகாதிபத்தியம் உலைவாயையும் ஊர்வாயையும் ஒருசேர மூடி அடைத்து விட்டது என்பதுதானே சரி?

தற்போது அல்காய்தாவின் தலைவராக அல்ஜவாஹிரி உள்ளார். அவருக்கு அடுத்து ஒசாமா பின்லேடனின் மகன் ஹம்சா பின்லேடன், தலைவர் பதவியை ஏற்பார் என்று தகவல்கள் முன்பு வெளியாகின.

இதைத் தொடர்ந்து கடந்த 2017ஆம் ஆண்டில் அவரை சர்வதேச தீவிரவாதியாக அமெரிக்கா பட்டியலிட்டது. அவரது தலைக்கு ரூ.7 கோடி பரிசுத் தொகையையும் அறிவித்தது.

ஒசாமா பின்லேடன் குடும்பத்தினர் சவுதி அரேபியாவை சேர்ந்தவர்கள் ஆவர். அதன்படி ஹம்சா பின்லேடனும் சவுதி அரேபியா குடியுரிமை பெற்றிருந்தார். அமெரிக்காவின் கோரிக்கையை ஏற்று கடந்த 2017ஆம் ஆண்டு ஹம்சாவின் குடியுரிமையை சவுதி அரேபியா ரத்து செய்தது. ஈரான், பாகிஸ்தான், ஆப்கானிஸ்தான் உள்ளிட்ட நாடுகளில் ஹம்சா தலைமறைவாக வாழ்ந்து வருவதாக தகவல்கள் கசிய விடப்பட்டன.

இந்நிலையில், போர் விமான குண்டுவீச்சுத் தாக்குதலில் ஹம்சா பின்லேடன் கொல்லப்பட்டார் என்று அமெரிக்க உளவுத் துறையின் மூன்று மூத்த அதிகாரிகள் தெரிவித்துள்ளனர். எப்போது, எந்த இடத்தில் அவர் கொல்லப்பட்டார் என்ற விவரங்களை அவர்கள் வெளியிடவில்லை.

ஆக எல்லாமும் மர்மம்தான். பொம்மலாட்டக் காட்சிகள் போல் நிகழ்வுகள் அரங்கேறிக் கொண்டே இருக்கின்றன. ஆயின் பின்னால் இருந்து இயக்கும் அந்த மாயக்கை மாயாவி எப்போதும் போல் சாந்த சொரூபியாய், சமாதானத் தூதராய் முகங்காட்டிக் கொண்டே இருக்கிறார்.

இப்போது அல்காய்தா வலுவிழந்த ஓர் அமைப்புதானே! அப்படியாயின் இப்போது மீண்டும் தலிபான்.2.0 ஆட்சியை பிடிக்கும் போது அல்காய்தா இயங்க ஆப்கானை தளமாக பயன்படுத்தக்கூடாது என அமெரிக்கா கடும் நிபந்தனை விதித்திருப்பதாகக் கூறுவது ஏன்?

2004இல் ஜனநாயக வழியில் தேர்வு செய்யப்பட்டவர் எனச் சொல்லப்பட்டாலும் அமெரிக்காவால் திணிக்கப்பட்டவரே அமீது ஹர்சாய். இவர் ஆட்சிக் காலம் முழுவதிலும் கஞ்சா போதை விவசாயமும், வியாபாரமும் கொடி கட்டிப் பறந்தன. அவரே பெரிய கஞ்சா விவசாயி, வியாபாரிதான். லஞ்சமும், ஊழல்களும் மலிந்தன. அமெரிக்கப் படைகளின் எண்ணிக்கையும், அவற்றினால் குடிமக்கள் கொல்லப்படுவதும் முடிவற்று தொடர்ந்தன.

இப்பின்னணியில் ஹர்சாய் பதவிக் காலம் முடிந்ததைத் தொடர்ந்து தேர்தல் நடந்தது. அதில் அஷ்ரப் ஹனி போட்டியிட்டார். இவர் அமெரிக்காவில் பயின்றவர். ஹர்சாய் அமைச்சரவையில் நிதி அமைச்சராகப் பதவி ஏற்றவர். பின்னர் பதவியை ராஜினாமா செய்துவிட்டு காபூல் பல்கலையின் வேந்தரானார். ஐ.நா.

வளர்ச்சித்திட்ட இயக்குநர் ஆனார். அமெரிக்கா மேற்கொண்ட ஓர் ஊடகக் கணிப்பில் நூறு அறிவாளிகளில் இவரும் ஒருவர் என அறிவிக்கப்பட்டது. அப்படி இருந்தும் தேர்தலில் முதல் சுற்றில் வெற்றி பெறவில்லை. இரண்டாம் சுற்றில் வென்றார். தேர்தலை சிலமாதம் ஒத்திவைத்ததும் சில முறைகேடுகளும் இவர் வெற்றியின் பரம ரகசியம். 2020 மார்ச்சில் பதவி ஏற்றார். ஆக இவர் அமெரிக்காவின் கைத்தடி என்பதைச் சொல்லவும் வேண்டுமா?

தலிபான் தளபதியும் ஹக்கானி நெட்வொர்க் கிளர்ச்சிக் குழுவின் மூத்த தலைவருமான அனஸ் ஹக்கானி, ஆப்கானிஸ்தான் முன்னாள் அதிபர் ஹமீத் கர்சாயைச் சந்தித்துப் பேச்சுவார்த்தை நடத்தியதாக தலிபான் அதிகாரி ராய்ட்டர்ஸ் செய்தி நிறுவனத்திடம் தெரிவித்தார். இந்தப் பேச்சுவார்த்தையின் போது கர்சாயுடன் ஆப்கானிஸ்தான் தேசிய நல்லிணக்க கவுன்சிலின் தலைவர் அப்துல்லாவும் இருந்தார். அதேபோல் அஷ்ரப் கனியும் கடைசி நொடிவரையும் பின்னும் தலிபான்களோடு தொடர்பில் இருந்தபடியேதான் தப்பிச் சென்றிருக்கிறார்.

இவை எல்லாவற்றையும் இணைத்துப் பார்க்கும்போது, ‘தலிபான் 2.0 வருகை தன்னெழுச்சியாகவா நடந்திருக்கும், இதன் பின்னும் அமெரிக்க வஞ்சகக் கணக்கு இருக்குமோ’ போன்ற ஐயங்கள் ஏற்படுகின்றன.

13

திக்கற்றவர்களை தெய்வமும் கைவிட்டதோ ?

"காயம் பட்டறியாதவனுக்கு அதன் வலி தெரியாது
அந்த வேதனையை அனுபவித்தவனிடம்தான்
அதைப் பற்றிச் சொல்லலாம்.
உன் நிலை, என் நிலையாக மாறும்வரை
என் நிலை கட்டுக்கதையாகவே தோன்றும்.
என் வேதனையை இன்னொருவரின் வேதனையோடு
ஒப்பிட்டுப் பார்க்க வேண்டாம்.
ஏனென்றால் அவன் உப்பைக் கையில் வைத்திருக்கிறான்
நானோ நெஞ்சிலிருக்கும்
காயத்தில் வைத்திருக்கிறேன்."

சாஅதியின் மேற்கண்ட அரேபியக் கவிதை காலத்தால் மூத்ததாக இருக்கலாம். ஆப்கன் பொதுமக்களின், குறிப்பாகப் பெண்களின் உள்ளக் குமுறல் இப்போதும் இதுவேதான்.

யுத்தம் எனில் ராணுவம் மட்டுமே பாதிக்கப்படுமா? தீவிரவாதிகள் மட்டுமே கொல்லப்படுவார்களா? அல்ல, அல்ல. ஆப்கன் அனுபவம் நெஞ்சை உறுத்தும்.

ஆப்கனில் கடந்த ஐந்து ஆண்டுகளில் வான்வழித் தாக்குதல்கள் மூலம் படுகாயமடைந்த, கொல்லப்பட்ட ஆப்கன் குழந்தைகளின் எண்ணிக்கை மட்டுமே 1600 ஆகும். வான்வழி தாக்குதல்களில் பாதிக்கப்பட்டோரில் 40% குழந்தைகள் என்பதுதான் கூடுதல் அதிர்ச்சி. இவை எல்லாம் அமெரிக்கா மற்றும் நேட்டோ படைகளால் பூத்துக் குலுங்கிய ஜனநாயக லட்சணம் போலும்..

2016- 2020 ஐந்து வருட காலத்தில் மட்டும்...

★ தீவிரவாதிகள் அல்லர், பொதுமக்களே 3,977 பேர் வான்வழித் தாக்குதல்களால் பாதிக்கப்பட்டனர். அவர்களுள் 2,122 பேர் கொல்லப்பட்டனர். 1,855 பேர் படுகாயம் அடைந்தனர்.

★ *1,598 குழந்தைகள் பாதிக்கப்பட்டனர். இவர்களுள் கொல்லப்பட்டவர்கள் மட்டும் 785 பேர். 813 குழந்தைகள் காயமடைந்தனர்.*

★ *40% குழந்தைகள் வான்வழித் தாக்குதல்களில் பாதிக்கப்பட்டனர். (அதாவது, 3,977 பேரில் 1,598 பேர்.)*

★ *நேட்டோ படையின் வான்வழித் தாக்குதல்கள் மூலம் மட்டுமே 62 சதம் பொதுமக்கள் கொல்லப்பட்டனர். (62% அதாவது 2,122 பேரில் 1,309)*

★ *2017 க்கும் 2019 க்கும் இடையே மட்டும் 757 வான்வழித் தாக்குதல்கள் நடந்துள்ளன.*

★ *11 விழுக்காடு உயிர்ப்பலி மற்றும் பாதிப்பு மட்டுமே தீவிரவாதிகள்- அரசுப் படைகள் மோதலால் நிகழ்ந்துள்ளதாக ஐ.நா. ஆவணமே ஒப்புக்கொள்கிறது.*

★ *25 விழுக்காடு இழப்பு தீவிரவாத தாலிபான்களால் ஏற்பட்டது எனவும், 64 விழுக்காடு நேட்டோ படைகளால் ஏற்பட்டது எனவும் அந்த ஆவணம் அடிக்கோடிட்டுச் சொல்கிறது.*

ஐ.நா.சபை வெளியிட்டுள்ள விவரம் கீழே வரைபடமாகத் தரப்பட்டுள்ளது. இவை உண்மையின் ஒரு சிறு பகுதியே என்றும், முழு உண்மை மலை போன்றது என்றும், இது மடுவென்றும் விவரம் அறிந்தவர்கள் சொல்கின்றனர்.

இப்படி குண்டுமழைக்கு இடையே எத்தனை நாள் வாழ்வது? ஒவ்வொரு நொடியையும் மரண பயம் ஆட்டுவிக்க ஆப்கன் மக்கள் எழுப்பும் கூக்குரல் உலகத்தின் மனச்சாட்சியை இன்னும் தட்டி எழுப்பவில்லையா?

சமாதானத்தையும், ஜனநாயகத்தையும் ஆப்கனுக்குப் பரிசளிக்கப் போவதாய்ச் சொன்ன அமெரிக்கா உண்மையில் அந்த நாட்டுக்கும் மக்களுக்கும் உண்மையில் கொடுத்தது என்ன? முடிவற்ற துயரம்தானே!

'பீப்பிள்ஸ் டெமாக்ரசி' ஆங்கில இதழின் தலையங்கம் இதனை மிகச் சரியாகச் சுட்டுகிறது:

"அமெரிக்காவும், அதன் தலைமையிலான நேட்டோ கூட்டாளிகளும் ஆப்கானிஸ்தானின் மீது படையெடுத்து ஆக்கிரமித்து, அங்கு இருந்த தலிபான் ஆட்சியை வீழ்த்திய பின், 20 ஆண்டுகளுக்குப் பிறகு மீண்டும் காபூலில் தலிபான்கள் அதிகாரத்தை கைப்பற்றியிருக்கிறார்கள்.

இந்த இருபது ஆண்டுகளில் அமெரிக்கா 2 லட்சம் கோடி டாலர் அளவிற்குச் செலவிட்டுள்ளது; அதிகபட்சமாக ஒரு லட்சத்து 30 ஆயிரம் நேட்டோ ராணுவப்படையினர் ஆப்கானிஸ்தானில் நிலைநிறுத்தப்பட்டு ஆக்கிரமித்திருந்தனர். ஆப்கன் தேசிய ராணுவத்தை உருவாக்குவதற்காக இந்த காலகட்டத்தில் 8,800 கோடி டாலர் செலவிடப்பட்டது. இது அமெரிக்கா மட்டுமே செலவழித்த தொகையாகும். பிரிட்டன் மற்றும் இதர நேட்டோ கூட்டாளிகள் செலவழித்த பல பில்லியன் டாலர்கள் தனி.

கடந்த 20 ஆண்டுகளில் அமெரிக்காவும், மேற்கு உலகும் ஆப்கனில் ஒரு "ஜனநாயகப்பூர்வமான" அரசை எப்படி உருவாக்கினார்கள் என்பது பற்றித்தான் இன்றைக்கு பல தரப்பிலும் வெளியாகும் செய்திகளில் விவரிக்கப்படுகிறது. ஆனால் அமெரிக்கா மற்றும் அதன் கூட்டாளிகளால் ஏவப்பட்ட எண்ணற்ற வான்வழி குண்டு வீச்சு தாக்குதல்களில் கொல்லப்பட்ட ஆயிரமாயிரம் ஆப்கானிய குடிமக்கள் பற்றி தற்போது வெளியாகும் விவராணைகளில் சொல்லப்படுவதில்லை.

"ஆப்கனில் கொல்லப்பட்ட இத்தகைய வான்வழி குண்டு வீச்சு தாக்குதல்களால் உயிர் பறிக்கப்பட்டவர்களில் 40 விழுக்காட்டினர் குழந்தைகள். அதுமட்டுமல்ல, அங்கு உருவாக்கப்பட்டிருந்த அஷ்ரப் கனி தலைமையிலான அரசாங்கம் எந்தவிதத்திலும் மக்களின் ஆதரவைப் பெற்றிருக்கவில்லை; அத்துடன் அது, ஊழலில் ஊறித் திளைத்தது. அவர்களது தேசிய ராணுவத்தின் உறுதித்தன்மையையும் சீர்குலைத்தது. ஆப்கனில் நிலவிய இத்தகைய அம்சங்கள் எல்லாம் இன்றைக்கு வெளியாகிற அனைத்து ஊடகச் செய்திகளிலும் திட்டமிட்டே மறைக்கப்படுகின்றன."

ஆம். பெரும்பாலான ஊடகங்கள் முழு உண்மையையும் ஒருபோதும் சொல்வதில்லை.

அமெரிக்காவும் நேட்டோ படைகளும் ஆப்கன் ராணுவத்தைப் பலப்படுத்தவும் போரால் சிதைந்த ஆப்கனை மறுகட்டமைக்கவும் பல லட்சம் கோடி டாலர் கொட்டி அழுது செலவுகள் செய்தும் பயனில்லை எனச் சொல்லப்படுகிறது. இதன் உண்மை என்ன என 'நியூஸ் கிளிக்' இணைய இதழ் ஆராய்ந்து சொல்லி உள்ளது. அதிலிருந்து சில செய்திகள்:

2002-2021க்கு இடையே அமெரிக்கா தன் ராணுவ பட்ஜெட்டுகளில் மொத்தமாக 837 பில்லியன் டாலர் ஆப்கன் யுத்த செலவுகளுக்காக ஒதுக்கி உள்ளது. மேலும் 133 பில்லியன் டாலர் ஆப்கன்

மறுகட்டமைப்புக்கு ஒதுக்கியது. ஆனால் பட்ஜெட்டில் சொல்லப்படாமல் செலவிட்டதையும் சேர்த்தால் 2.26 டிரில்லியன் [பில்லியனல்ல அல்ல டிரில்லியன்] டாலர் கொட்டி அழுதுள்ளனர். ப்ரவுண் பல்கலை ஆய்வுப்படி இச்செலவு என்பது பாகிஸ்தானில் உள்ள எல்லை மாவட்டங்களில் செலவிட்டதும், காயம்பட்ட அமெரிக்கர் மருத்துவச் செலவுகள் உட்பட என்கிறது.

இதனால் லாபம் அடைந்தோர், கொள்ளையடித்தோர் யாரெனப் பார்த்தால் அனைத்தும் அமெரிக்கப் போர்த்தளவாட உற்பத்தியாளர்களான பன்னாட்டு நிறுவனங்களே. அவற்றின் பட்டியலைப் பாரீர்!

லாக்கீட் மார்ட்டின் 74.2 பில்லியன் [Lockheed Martin $74.2 billion], ராய்த்தீன் டெக்னாலஜி 27.4 பில்லியன் [Raytheon Technologies $27.4 billion], ஜெனரல் டைனமிக்ஸ் 22.6 பில்லியன், [General Dynamics $22.6 billion], போயிங் 21.5 பில்லியன் [Boeing $21.5 billion], நார்த்ரோப் குரும்மன் 12.7 பில்லியன் [Northrop Grumman Corp. $12.7 billion] எல்லாம் டாலர் கணக்கில். இன்னும் உண்டு. எடுத்துக்காட்டுகளுக்காக சிலவற்றைச் சொன்னோம்.

அமெரிக்கா அங்கு மறுகட்டுமானத்துக்கு உதவிய லட்சணம் பாரீர். நியூஸ் கிளிக் வார்த்தைகளிலேயே அதைப் பாரீர்!

"Going by the official estimate, only 16% of funds were spent on Afghan people under the so-called 'Afghanistan Reconstruction' sub-head. But if you take the unofficial estimate, this comes to as little as 6% of the total cost of war. Even within that, payments to various US civilian advisers, contractors, middlemen et al would bite off a fair chunk of the funds.

So, the myth that US and its allies were spending an astronomical sum every year to educate Afghans, help them become prosperous etc. is hot air."

அதிகாரப்பூர்வக் கணக்குப்படி 16 விழுக்காடு நிதி ஆப்கன் மறுகட்டமைப்புக்காகச் செலவிடப்பட்டுள்ளது. ஆனால், அதிகாரப்பூர்வமற்ற கணக்குப்படி மொத்த யுத்தச் செலவில் ஆறு (6%) விழுக்காடு மட்டுமே மறுகட்டமைப்புக்காகச் செலவிடப்பட்டது. அதிலும் பல்வேறு உள்ளூர் ஆலோசகர்கள், காண்டிராக்டர்கள், இடைத்தரகர்கள் என பல மட்டங்களில் ஒழுகியதே பெரும் பகுதி. அமெரிக்கவும் அதன் கூட்டாளிகளும் ஆண்டுதோறும் பெருமளவு பணத்தை ஆப்கன் மக்கள் கல்விக்கும் மேம்பாட்டுக்கும் செலவிட்டது என்பது வடிகட்டிய பொய்யே!

ஆப்கனில் வளர்ச்சி ஏற்பட்டதா? மக்கள் வாழ்நிலையில் மாற்றம் ஏற்பட்டதா?

37 லட்சம் குழந்தைகள் இன்னும் பள்ளிக்கூடத்தை எட்டிப் பார்க்கவில்லை. இவர்களுள் 64 விழுக்காடு பெண் குழந்தைகளே! காபூல் போன்ற நகரங்களில் கிடைக்கும் கல்வி வாய்ப்பு, கிராமங்களிலும் மலைப்பகுதிகளிலும் இல்லை.

கடந்த பத்தாண்டுகளில் கமிஷன், இடைத்தரகு, போதை மருந்து வியாபாரம் செய்தல் என உருவான சிறிய பணக்காரக் கூட்டத்துக்குக் கல்வி கிடைக்கும். ஆனால், பெரும்பாலான மக்களுக்குக் கல்வி மறுக்கப்படுகிறது.

யார் ஆட்சியில் இருந்தாலும் தாலிபான்களின் யுத்த சண்டியர்கள் பிடியிலேயே பெரும்பாலான பகுதிகள் இருந்தன. அங்கெல்லாம் கல்வியும் பெண்ணுரிமையும் மறுக்கப்பட்ட ஒன்றே!

தன் 15வது பிறந்த நாளைக் கொண்டாடும் முன்பே பெரும்பாலான பெண் குழந்தைகள் திருமணம் முடிந்து கையில் குழந்தைகளுடன் இருப்பதை ஆப்கன் முழுவதும் காணலாம். ஆப்கனில் உள்ள பள்ளிகளில் 16 விழுக்காடே பெண்கள் பள்ளிகள். அங்கும் ஆசிரியையும் கிடையாது. உள்ள ஆசிரியர்களிலும் 46 விழுக்காட்டினருக்குப் போதுமான கல்வித்தகுதி கிடையாது.

ஆப்கானிஸ்தானைச் சேர்ந்த முன்னாள் நீதிபதி நஜ்லா அயூபி, இது குறித்த பல சம்பவங்களை அம்பலப்படுத்தியுள்ளார். [ஆதாரம்: ஜீ இந்துஸ்தான் ஏடு]

வடக்கு ஆப்கானிஸ்தானில் தாலிபான் பயங்கரவாதிகளுக்கான உணவைத் தயாரித்த ஒரு பெண்ணின் சமையல் நன்றாக இல்லை என அந்தப் பெண்ணைத் தீக்குளிக்க வைத்த சம்பவம் அரங்கேறியுள்ளதாக அவர் கூறினார்.

அது மட்டுமல்ல, பெண்கள் பாலியல் அடிமைகளாக நடத்தப்பட்டு, சில சமயங்களில் அவர்களை சவப்பெட்டிகளுக்குள் வைத்து, அண்டை நாடுகளுக்குப் பாலியல் அடிமைகளாகப் பயன்படுத்தும் பொருட்டு கடத்தப்பட்ட சம்பவங்களும் நடந்துள்ளதாக அயோபி கூறினார்.

அதோடு ஆப்கன் பெண்களை, தலிபான் பயங்கரவாதிகளுக்குத் திருமணம் செய்து கொடுக்க கட்டாயப்படுத்தப்பட்டனர் எனவும் அந்த நீதிபதி தெரிவித்தார்.

இந்தக் கூற்றில் மிகையும் இருக்கக்கூடும்; அதேவேளை மதக் கடுங்கோட்பாட்டுப் பயங்கரவாதிகளிடம் வேறு எதை நாம் எதிர்பார்க்க முடியும்?

இவை எல்லாவற்றையும்விட கொடும் சோகம், ஆப்கன் பெண்களில் 76 விழுக்காட்டினர் யுத்தத்தாலும் தீவிரவாதத்தாலும் குரூரமாய்க் கடித்துக் குதறப்பட்ட வாழ்வின் சாட்சிகளான நடைப்பிணங்கள். கணவனையோ, பிள்ளையையோ, சகோதரனையோ, தந்தையையோ யுத்தத்திலோ, உள்ளூர் யுத்த சண்டியரிடமோ, தலிபானிடமோ, கண்ணிவெடிக்கும் துப்பாக்கிக் குண்டுக்கும் பலிகொடுத்து விட்டு ஆதரவற்று பொருளாதார நெருக்கடியிலும் மன உளைச்சலிலும் தினம் தினம் அஞ்சி அஞ்சிச் செத்துக் கொண்டிருக்கின்றனர்.

கல்வியும் வேலையும் கூட மறுக்கப்பட்டு பர்தாவுக்குள் சிறை வைக்கப்பட்டுள்ளனர். அதனால் அவர்கள் முகங்களில் உறைந்திருக்கும் அச்சத்தையும் கவலையையும் கண்ணீரையும்கூட உலகம் அறிய முடியாது. திக்கற்றவர்களுக்குத் தெய்வமே துணை என்பார்கள். ஆனால், இவர்களை அந்தத் தெய்வமும் கைவிட்டுவிட்டதோ?

ஆப்கன் பெண்களின் கோபத்திலும் மன உளைச்சலிலும் வெளிப்பட்ட லண்டாய் எனப்படும் ஓர் ஆப்கன் நாடோடிக் கவிதை இப்படிப் பேசுகிறது...

“கடவுளே!

நான் சபதமிடுகிறேன்

பெண்களுக்கு எதிரான அணுகுமுறையை

நீ நிறுத்தும் வரையில்

உன்னை மீண்டும் தொழுவதற்கு கையேந்தமாட்டேன்!

நான் உம் குரானைத் தொடமாட்டேன்!

உம்மை இறைவா என்றழைக்க மாட்டேன்!

நான் இறைவா என அழைக்க மாட்டேன்.”

14

கஞ்சா போதை -
கனிமக் கொள்ளை – சமாதான நாடகம்

> "இங்கே தாலிபானுடன் யுத்தம் செய்கிறவர்கள்
> மலையின் பின்புறத்தில் அவர்களுக்குப்
> பயிற்சிகளும் தருகிறார்கள்."

இந்த லண்டாய் கவிதையை எழுதியவர் ஸ்ம்ஸம்மா என்கிற 17 வயது ஆப்கானியப் பெண்.

கடந்த மே மாதமே, "ஆப்கன் தேசிய இராணுவம் போரிடும் உத்வேகத்தை இழந்துவிட்டது. பல வீரர்கள் இராணுவத்தை விட்டு ஓடுகின்றனர். நேட்டோ விமானப் படையானது, இனிமேலும் அவர்களுக்கு உதவும் வகையில் இல்லை" என்றார் இங்கிலாந்தின் முன்னாள் இராணுவத் தளபதி மேஜர் லார்ட் டேன்னட்.

என்ன நடந்தது? தாலிபான் கை ஓங்கியதா? அல்லது "சட்டி சுட்டதடா கைவிட்டதடா!" என நேட்டோ நழுவுகிறதா?

2011 மே மாதம் பின்லேடன் கொல்லப்பட்ட பின், அதே ஆண்டு செப்டம்பர் மாதமே அமெரிக்க அதிபர் பாரக் ஒபாமா படைவிலக்கம் அறிவித்தார். உடனடியாக முப்பதாயிரம் படையினர் ஆப்கனில் இருந்து திருப்பி அழைக்கப்படுவார்கள்; படிப்படியாய் அனைத்துப் படைகளையுமே மொத்தமாக விலக்கிக் கொள்வோம்" என்றார். அவரைத் தொடர்ந்து நேட்டோ கூட்டணி நாடுகளும் ஒவ்வொன்றாக படைவிலக்கங்களை அறிவித்தன. அதன் பின் நடந்த ஒரு தாலிபான் தாக்குதலைத் தொடர்ந்து அறிவிப்புகள் காற்றோடு கரைந்தன.

ஒபாமாவுக்கு முன்பு ஜார்ஜ் புஷ்சே இப்படி சில வாணவேடிக்கைகளைக் கொளுத்திப் போட்டது உண்டு. ஜார்ஜ் புஷ், பாரக் ஒபாமா, டொனால்ட் டிரம்ப், ஜோ பைடன் என நான்கு குடியரசு தலைவர்கள் அமெரிக்காவில் பொறுப்புக்கு வந்தாலும்,

குடியரசுக்கட்சி, ஜனநாயகக் கட்சி என யார் வந்தாலும் ஆப்கன் மீதான அமெரிக்க அணுகுமுறை பெரிதாய் மாறவில்லை. அதற்கு முன்பும் அப்படித்தான்.

கடந்த இரண்டு ஆண்டுகளாய் இழுத்துக்கொண்டு கிடந்தது சமாதானப் பேச்சுவார்த்தை. கத்தாரில் சமாதான அலுவலகம் தொடங்கியதும், தோஹா பேச்சுவார்த்தை சுமுகமாக முடிந்ததும் அதைத் தொடர்ந்து அமெரிக்கா ஆப்கனைவிட்டு வெளியேறுவதும் ஊரறிந்த செய்தி.

அமெரிக்கப் படைகள் வெளியேறியதும் ஆப்கன் இராணுவம் கேள்விமுறையின்றி சரணாகதி ஆனது எப்படி?

தாலிபானுக்கு ஆயுதமும் நிதியும் பயிற்சிகளும் தொடர்ந்து கிடைத்தது எப்படி? பெரும் இரத்தக் களரி இல்லாமல் அதிகாரம் கை மாறுவது எப்படி?

இந்த அடிப்படைக் கேள்விகளுக்குப் பதில் தேடித் துழாவினால் மர்மமுடிச்சுகள் ஆழமாகிக்கொண்டே போகின்றன.

முதலில், தாலிபானின் நிதி ஆதாரம் எது?

- ★ சுரங்கங்கள் மூலம் : 464 மில்லியன் டாலர்
- ★ போதை மருந்துகள் கடத்தல் வியாபாரம் மூலம் : 416 மில்லியன் டாலர்
- ★ வெளிநாட்டு நன்கொடைகள் மூலம் : 240 மில்லியன் டாலர்
- ★ ஏற்றுமதி மூலம் : 240 மில்லியன் டாலர்
- ★ வரிகள் மூலம் : 160 மில்லியன் டாலர்
- ★ ரியல் எஸ்டேட் மூலம் : $80 மில்லியன் டாலர்

என சுமார் 1,600 கோடி டாலர் தாலிபான்களுக்குக்கு கிடைத்த கணக்கைச் சொல்கிறது இந்தியா டுடே ஏடு. இதற்கான ஆதாரம் என்ன? தெரியாது. ஆயின் பெரும் தொகை தாலிபானிடம் இருந்ததால்தான் அவர்களால் நாட்டுக்குள் தனி ராஜங்கமே நடத்த முடிந்திருக்கிறது.

நேட்டோ படைகள் இவற்றைக் கட்டுப்படுத்தினவா? அல்லது கூட்டாளியாக நின்று பங்கு வாங்கியதா? இன்னும் சில செய்திகளைப் பார்த்தால் இன்னும் கொஞ்சம் தெளிவு கிடைக்கலாம்.

சுமார் 1.4 பில்லியன் டாலர் மதிப்புள்ள 9,900 டன் கஞ்சா 2017 ஆம் ஆண்டு மட்டும் பயிரிடப்பட்டதாகவும், அது ஆப்கன் ஜிடிபி [GDP]ல் அதாவது மொத்த உள்நாட்டு உற்பத்தி மதிப்பில் 7 விழுக்காடு என்றும் ஐ.நா. ஆவணம் ஒன்று தெளிவுபடுத்துகிறது.

2018 -19 ஆம் ஆண்டில் மட்டும் நானூறு பில்லியன் டாலர்களை போதை மருந்து வியாபாரம் மூலம் தாலிபான்கள் ஈட்டி உள்ளதாகவும், உள்நாட்டுப் பயன்பாடு போக வெளிநாட்டுக்குக் கடத்தல் மூலம் ஆண்டுக்கு 6.6 பில்லியன் டாலர் பணம் புழங்குவதாகவும் அதே ஆவணம் சுட்டுகிறது.

கடந்த பத்து ஆண்டுகளில் கஞ்சா பயிரிடுவதிலும் அதுசார்ந்த போதைப் பொருட்கள் உற்பத்தியிலும் உலகிலேயே பெரும் புள்ளியாய் ஆப்கன் மாறி உள்ளது. அதுதான் ஒரே வளர்ச்சி! ஆப்கனில் இருந்து தேர்ந்தெடுக்கப்பட்ட அரசாலோ நேட்டோ படைகளாலோ இவற்றைத் தடுக்க முடியவில்லையா? அல்லது கூட்டாளிகளாயினவா?

ஆப்கனில் பணியாற்றிய அமெரிக்க ராணுவத் தளபதிகள் மற்றும் உயர் அதிகாரிகள் பலர் போதை மருந்துக் கடத்தல் விவகாரங்களில் கைது செய்யப்பட்டு சிறைத்தண்டையும் பெற்றுள்ளனர். இந்த விவரங்களும் அதே ஆவணத்தில் உள்ளனவே!

இந்த ஆவணம் முழு உண்மையையும் சொல்லவில்லை. உண்மையின் சிறுபகுதிதான் இது; உண்மை இன்னும் பல மடங்கு பெரிது என்கிறார்கள் இத்துறை வல்லுநர்கள்.

அதுமட்டுமா? முன்னாள் பிரதமர் அமீது ஹர்சாய் மிகப்பெரிய கஞ்சா விவசாயி என்பதும், போதை மருந்து உற்பத்தியாளர்-வியாபாரி என்பதும் வெறும் செய்திகளா?

இவற்றிலிருந்து அறியப்படும் செய்தி என்னவெனில் ஆப்கனில் தேர்ந்தெடுக்கப்பட்ட ஓர் அரசாங்கம் இருந்த போதும்-அந்த அரசாங்கம் அமெரிக்க கைப்பாவையாக ஒடுக்குமுறையை ஏவிய போதும்-நேட்டோ படைகள் பெருமளவு களத்தில் நின்ற போதும் தாலிபான்களின், உள்ளூர் யுத்த சண்டியர்களின் ராஜாங்கம் தங்கு தடையின்றி நடந்துள்ளது. அதற்கு இவர்கள் மறைமுகமாக மட்டுமல்ல, நேரடியாகவும் ஒத்துழைப்பும் கொடுத்துள்ளனர். பங்குதாரராகவும் இருந்துள்ளனர். ஏன் இந்த இரட்டை வேடம்? இதன் ரகசியத்தை இறுதியில் பார்ப்போம்.

இப்போது கஞ்சா சர்வதேச போதைப்பொருள் பட்டியலில் இருந்து நீக்கப்பட்டு மருத்துவ மூலிகை என்கிற அந்தஸ்தோடு மட்டுமே உலா வரும்படி செய்தாயிற்று; ஆயின் கஞ்சா மூலம் பிறவற்றையும் கலந்து தயாரிக்கப்படும் ஆபத்தான போதை மருந்துகளுக்குத் தடை உண்டு. ஆப்கன் அதன் உற்பத்தி மையமாக்கப்படுகிறதோ?

தாலிபான்களுக்கு ஆயுதம் வந்த வழி ரகசியம் அல்ல. நேட்டோ நேரடியாகக் கொடுத்ததும், தேச இராணுவத்துக்குக் கொடுத்தது தாலிபான்களுக்குக் கைமாறியதும்தான். ஊழல், போதை வியாபாரம், பெண்களை வேட்டையாடுதல் என ஏற்கெனவே பரஸ்பரக்கூட்டாளி ஆகிவிட்ட இராணுவம் தாலிபான்களைப் பெரிதாக எதிர்க்காமல் கைகுலுக்கிக் கொண்டது. இவை எல்லாம் அமெரிக்க சிஐஏ இயக்கியபடியே! அப்படித்தான் பெரிய அளவு இரத்தம் சிந்தாமல் தாலிபான் 2.0 வருகை சாத்தியமானது.

“அமெரிக்கர்களிடம் கடிகாரம் இருக்கிறது. எங்களிடம் நேரம் இருக்கிறது.” ஆப்கனை அமெரிக்கர்கள் பிடித்தபோது தாலிபான் தலைவர் முல்லா முகமது ஓமர் சொன்ன வார்த்தைகள் இவை.

அவர் சொன்ன நேரம் குதிர்ந்ததோ ? தாலிபானை அழித்தொழிக்க பெரும் ஆரவாரத்துடன் களம் இறங்கிய அமெரிக்காவும் நேட்டோ கூட்டாளிகளும் அதே தாலிபானுடன் கைகுலுக்கினர். 2020 பிப்ரவரி 29ஆம் நாள் ஓர் ஒப்பந்தம் ஏற்பட்டது.

கத்தார் தலைநகர் தோஹாவில் அமெரிக்க–தலிபான் பிரதிநிதிகள் இடையே முதல் கட்ட அமைதி ஒப்பந்தம் கையெழுத்தானது. அமெரிக்க வெளியுறவுத்துறை அமைச்சர் மைக் பாம்பியோ முன்னிலையில் தலிபான் பிரதிநிதி முல்லா பாரதர் மற்றும் அமெரிக்க பிரதிநிதி ஜால்மே காலிஜாத் இருவரும் ஒப்பந்தத்தில் கையெழுத்திட்டனர். கையெழுத்திட்ட பின் இருவரும் பரஸ்பரம் கைகுலுக்கி கொண்டனர்.

அமெரிக்கா – தலிபான் இடையேயான இந்த ஒப்பந்தத்தின்படி அமெரிக்கப் படைகள் 14 மாதங்களில் ஆப்கனை விட்டு வெளியேறும். அதற்குப் பதிலாக தலிபான் அமைப்பினர் தங்கள் ஆயுதப் போரைக் கைவிட்டு அரசியல் அமைப்பாக மாற வேண்டும். அல்காய்தாவுடனான தொடர்பைத் துண்டிக்க வேண்டும். மேலும் ஆப்கன் அரசுடன் அமைதிப் பேச்சுவார்த்தையில் தலிபான் ஈடுபட வேண்டும் ஆகிய நிபந்தனைகள் ஒப்பந்தத்தில் இடம்பெற்றுள்ளன.

ஒப்பந்தம் கையெழுத்தான முதல் 135 நாட்களில் ஆப்கனில் உள்ள 13,000 அமெரிக்க படைகள் 8,600 ஆகக் குறைக்கப்படும்.

இப்படி வெளிப்படையாக ஒப்பந்தம் செய்யப்பட்டாலும்; திரைமறைவில் அமெரிக்க உளவுத்துறையும் தாலிபான் தலைமையும் ரகசியமாகப் பேசி எடுத்த முடிவுகளே இந்த நிகழ்ச்சிப் போக்குகளைத் தீர்மானித்தன. தாலிபான்களை ஊட்டி வளர்த்து பின்னிருந்து இயக்கிய அமெரிக்காவின் சி ஐ ஏ தான் இப்போது தாலிபாண்களுக்கு வேறு பாத்திரமும், முகமூடியும், புதிய வசனங்களும் தந்துள்ளன.

எல்லாரும் கவனித்தனரா எனத் தெரியாது; போகிற போக்கில் ஊடகங்களில் வந்த செய்தியின் சாரம் இதுதான்: பன்னாட்டு நிறுவனங்களின், கார்ப்பரேட்டுகளின் வியாபாரத்துக்கோ உற்பத்திக்கோ தாலிபான் எந்த இடையூறும் செய்யாது; மாறாக சிக்கல் எதுவும் வராமல் துணை நிற்கும். அங்கே கட்டுமானத்திலும் இதர வகையிலும் அம்பானி செய்த முதலீடுகளுக்கு எந்த ஆபத்தும் இல்லை. சர்வதேச வர்த்தகம் தடையின்றித் தொடரும். இதுவும் ஊடகச் செய்திதான்.

ஆக, முதலாளித்துவ வர்க்கம் தன் கொள்ளை லாபத்துக்கு எந்தக் குந்தகமும் இல்லாமல், சுரண்டல் வேட்டையைத் தீவிரமாகத் தொடர உத்திரவாதம் பெற்றுக்கொண்டே இந்த சமாதான நாடகத்தை அரங்கேற்றி பொறுப்பை தாலிபான்களிடமே தூக்கிக் கொடுத்துள்ளது.

இந்த நேரத்தில் இங்கே சில செய்திகளை அசைபோட்டால் சமாதானத்தின் அரசியல் பொருளாதாரம் விளங்கும்.

அமெரிக்கா செயற்கைக் கோள் மூலம் ஆப்கனைத் தொடர்ந்து ஆய்வு செய்து அங்கு பெருமளவு கனிம வளங்கள் இன்னும் தோண்டி எடுக்கப்படாமல் பூமிக்கடியில் புதைந்து கிடைப்பதை உறுதி செய்துள்ளது.

செயற்கைக்கோள் மூலமும் நேரடியாகவும் 4,44,000 சதுர கிலோ மீட்டர் அதாவது ஆப்கனின் 70 விழுக்காடு பரப்பில் 800 மில்லியன் இடங்களில் 47 நாட்கள் ஆய்வு செய்து ஆயிரக்கணக்கான விவரங்களை சேகரித்துள்ளது. பல வகைக் கனிமங்கள் சுமார் 1.4 பில்லியன் டன் கிடைக்கும் என்று கணக்குப் போட்டுள்ளது. செம்பு, தங்கம், பெட்ரோல், இயற்கைஎரிவாயு, யுரேனியம், பாக்சைட், நிலக்கரி, இரும்பு, இன்னும் பல.

இவை மட்டுமா? அபூர்வமான பூமித் தாதுகள், அதுவும் கணினி, மின்னணு, யுத்த தளவாடம் போன்றவற்றுக்குத் தேவையான 17 தாதுக்கள் அங்கே உள்ளனவாம். லித்தியம், குரோமியம் உட்பட பலவும் இவற்றில் அடங்கும். இந்தக் கணக்கெல்லாம் கடந்த சில ஆண்டுகளாய் பல மட்டங்களில் விவாதிக்கப்பட்டு 2019இல் செய்திகளாயின.

ஒரு சிறிய ஃப்ளாஷ் பேக் " ஆப்பிரிக்காவிலுள்ள காங்கோவில் கிவு பகுதியில் கிடைக்கும் கோல்டன் மற்றும் கசிரைட் ஆகிய இரு கனிமங்கள்தாம் நாம் பயன்படுத்தும் செல்போனின் அடிப்படை என்பதை அறிவீர்களா? இந்தக் கனிமங்களைக் கொள்ளையடிக்க காங்கோவில் உள்நாட்டு யுத்தம் தூண்டி விடப்படுவதை ஊடகங்கள் அம்பலப்படுத்தியதுண்டா? இதுவரை 50 லட்சம் மக்கள் கொல்லப்பட்ட துயரை யாரறிவார்? பன்னாட்டு நிறுவனங்களும் ஏகாதிபத்தியமும் கொடூரமாய் நடத்தும் கனிமவேட்டையை அம்பலப்படுத்தும் படமே டென்மார்க்கைச் சார்ந்த பிராங் தயாரித்த "*BLOOD IN MOBILE*". [ஆதாரம் இ.பா.சிந்தன் எழுதிய அரசியல் பேசும் அயல்மொழி சினிமாக்கள்].

ஆப்ரிக்க நாடுகளிலும் லத்தீன் அமெரிக்க நாடுகளிலும் கனிம வேட்டைக்காக அமெரிக்காவும் மேற்கத்திய நாடுகளும் நடத்தும் யுத்தமும், திரைமறைவு நாடகங்களும் எண்ணற்றவை.

பல டிரில்லியன் டாலர் லாபம் கொட்டும் இக்கனிம வளங்களைக் கைப்பற்ற அமெரிக்கா, சீனா ஆகிய நாடுகளிடையே பெரும் போட்டி உள்ளது; அம்பானி, அதானியும் தம் பங்கிற்கு மூக்கை நுழைக்கிறார்கள். தாலிபானை சீனா ஆதரிப்பதிலும் வியாபார நோக்கம் உண்டு.

இந்த கனிமக் கொள்ளைக்கு எதிராக உள்ளூர் மக்கள் திரளாமல் இருக்க; மக்களை மதவெறியில் மூழ்கடிக்கவும் அடக்கி ஒடுக்கவும் உள்ளூர் சண்டியர் உதவி தேவை என்பது அமெரிக்கர் அனுபவம். தற்போது தாலிபானை சிவப்புக் கம்பளம் விரித்து மேற்குலகம் வரவேற்பதில் இந்த சுரண்டல் கணக்கு இருக்காதோ?

ஆக, தாலிபானை பெற்றதும், ஊட்டி வளர்த்ததும் இன்று சிம்மாசனத்தில் அமரவைத்து அழகு பார்ப்பதும் எல்லாமும் அமெரிக்க ஏகாதிபத்தியமே!

"எந்தக் கரங்களாவது

சந்தோஷத்தைக் கனவு கண்டு

காற்றைத் தடவ முயன்றால் - அவற்றை

துண்டு துண்டாக்கு!

விடியல்-மிகுந்த ஒளியுடன்

புலருமானால்

இருட்டு வாட்களை-அதன்

கண்களில் சொருகு!"

ஸ்பெயின் நாட்டுக் கவிஞர் மார்க்கோஸ் அநா 1921இல் எழுதியது, இன்றைய ஆப்கனின் வலிக்கு கச்சிதமாய்ப் பொருந்துகிறதே!

ஆப்கன் இருட்டு எப்போது விடியும்? விடியலைத் தடுப்பவர் யார் யார்?

15

அமைதியும் விடியலும் அருகில் இல்லை

அந்தத் தாய்க்கு மூன்று மகன்கள். கணவர் ராணுவத்தில் பணியாற்றி இறந்து விட்டார். இரண்டு பிள்ளைகள் இராணுவத்தில் பணியாற்றுகின்றனர். கடைசி மகனுக்கு 17 வயது. இராணுவ ஆட்சியை எதிர்க்கும் புரட்சிக் குழுவில் அங்கத்தினன். ஒரு நாள் ராணுவம் அவனை இழுத்துக் கொண்டு போனது .அவன் எலும்புகூட கிடைக்கவில்லை. ராணுவத்தில் பணியாற்றும் மகன்கள் வீடு திரும்பும் போதெல்லாம் தாய் நினைப்பார்." "இவர்களும் பிற அன்னையரின் மகன்களைக் கடத்தி நான் பட்டதுபோல் வேதனையில் அவர்களையும் துடிக்கவிட்டிருப்பார்களோ?" இப்படி யோசித்த அன்னை கடைசியாகச் சொல்லுவாள்:

"ஒரு பெண்ணிற்கு வரவே கூடாத

துக்கத்திற்காக

நான் வெம்பித் துடிக்கிறேன்

கொல்வதற்காகவும்

கொல்லப்படுவதற்காகவும்

மகன்களைப் பெற்ற

மகராசியாகிவிட்டதற்காக!?"

எஸ் ஆர் மாண்டி டி ரமோஸ் என்கிற பிலிப்பைன்ஸ் கவிஞரின் நெடிய கவிதையின் ஒரு பகுதி இது. கிட்டத்தட்ட இதே நிலையில் ஆப்கானியப் பெண்களும் உள்ளனர் என்பதுதான் யதார்த்தம்.

அந்நிய ராணுவம், மதக் கடுங்கோட்பாட்டுவாதிகள், தேச இராணுவம், உள்ளூர் யுத்த சண்டியர்கள், போதை வியாபாரிகள் என யாரோ ஒருவரால் பாதிக்கப்படாத ஒரு வீடோ, ஓர் ஆணோ, ஒரு பெண்ணோ ஆப்கானில் இருக்கவே முடியாது. நூறாண்டுகளுக்கும் மேலாய்த் தொடரும் துயரம் இது.

"நான் ஒரு முஸ்லிம்.
எனக்குத் தெரியும் புர்க்கா என்பது இஸ்லாம் அல்ல
ஆனால் அறியா மக்களுக்கு நான் எப்படிச் சொல்வது
புர்க்காவை அணிய விரும்பவில்லை என்று
நான் சொன்னால்
என்னை அவர்கள் எரிப்பார்கள் அல்லது
கொல்வார்கள் மற்ற பெண்களைப் போல."

13 வயது அஷ்மாவின் இக்கூக்குரல் காதைத் துளைத்தவாறே இருக்கிறது. அவளுக்கு என்ன பதில் சொல்வது?

★ தலிபான்கள் திருந்தி விட்டார்களா?

★ ஏகாதிபத்தியம் தொடர்ந்து ஆப்கனைக் குறிவைப்பது ஏன்?

இந்த இரண்டு கேள்விகளே இப்போது மிக முக்கியமானவை.

உலகம் இயங்கிக் கொண்டேதான் இருக்கும். மாற்றங்கள் நிகழ்ந்து கொண்டேதான் இருக்கும். அதற்கு தாலிபான்களோ. நாமோ விதிவிலக்கல்ல. ஆயின் மாற்றங்கள் எதை நோக்கி? யாரை நோக்கி? இக்கேள்விகளிலேயே உண்மை புதைந்திருக்கிறது.

தாலிபான்கள் இருபது ஆண்டுகளுக்கோ, முப்பது ஆண்டுகளுக்கோ முன்னால் இருந்த நிலையில் இல்லை. நவீன தகவல் தொடர்பு சாதனங்கள், ராணுவத்திடமிருந்தே பெற்ற நவீன ஆயுதங்கள், நவீனமுறையில் போர்ப் பயிற்சி என எல்லாமுமாய், நவீன ஆடம்பர வாழ்க்கை முறையுடன் பழக்கப்பட்டுவிட்டனர்.

மேலும் வசதிபடைத்த ஒரு பகுதி மக்களும், கமிஷன், இடைத்தரகு என பல வழிகளில் திடீர் பணக்காரர்கள் ஆன ஒரு சிறு கூட்டமும் அவர்கள் அனுபவிக்கும் கல்வி, அந்தஸ்து, சமூகவாய்ப்புகளும் தொடர விரும்புவர். கார்ப்பரேட்டுகளோடு கைகுலுக்கும் இவர்களை தாலிபான்களால் எளிதில் புறந்தள்ள முடியாது. எனவே ஒரு சிறு ஒட்டுண்ணி கூட்டம் சில உரிமைகளை அனுபவிக்கும்; அவர்களுக்கு அது வழங்கப்படும். அதுவே ஆப்கனின் புதிய மாற்றம் என வண்ணச் சித்திரத்தை உலகுக்கு வழங்கி விடலாம். அப்படிக் குரைக்க ஏகாதிபத்திய ஊடகங்கள் தயாராக உள்ளன.

மறுபுறம் கூறுகளாகப் பிளவுபட்டு நிற்கும் பல்வேறு பழங்குடியினர்; அவர்களின் கடும் ஆணாதிக்கப் பண்பாடு; இஸ்லாம்

எனப் பொதுவாய்ச் சொல்லினும் அவர்களுக்குள்ளும் இருக்கும் வேறுபாடுகள் அனைத்தும் மண்டையில் புழுவாய்க் கூடுகட்டி வாழும் மடமையை சுலபமாய் மாற்றிவிட முடியாது; மாற்றவும் விரும்பமாட்டார்கள். பெண்களின் யோனிகளில் பண்பாட்டைத் தேடுவதுதானே எல்லா மதவாதிகளுக்கும் வேலை.

பெண் கல்வி, பெண்கள் வேலைக்குப் போவது போன்றவற்றை நாங்கள் தடுக்க மாட்டோம் என்று தாலிபான்கள் தலையில் அடித்து சத்தியம் செய்யலாம்; ஆனால், அடுத்த நிமிடமே ஷரியத்தை பின்பற்றியே எல்லாம் இருக்க வேண்டும் எனச் சொல்வதில் இருந்தே நிலைமை மிக சிக்கலானது எனப் புரியும்.

ஷரியத்துக்கு விளக்கம் சொல்வதில் ஒவ்வொரு நாடும், ஒவ்வொரு பிரிவும் மாறுபடும். ஒவ்வொரு முல்லாவும் மற்றவரிடமிருந்து வேறுபடுவர். எனவே எந்த அடக்குமுறையையும் ஒடுக்குமுறையையும் ஷரியத் பேரால் புனிதமாக்கிவிட முடியும், அதுதான் நடக்கப் போகிறது.

விழிப்புணர்வு பெறாமல் மத போதையிலும் கஞ்சா போதையிலும் ஆப்கன் மக்கள் மூழ்கிக்கிடப்பதே ஆப்கனின் கனிம வளத்தையும் மனித ஆற்றலையும் சூறையாட தமக்கு வசதியாக அமையும் என்பதே கார்ப்பரேட்டுகள் கணக்கு.

கார்ப்பரேட்டுகளின் நலனும் மதக்கடுங்கோட்பாட்டுவாதிகளின் நலனும் பரஸ்பரம் ஒத்துழைத்து ஆப்கனை இன்னும் அடர் இருட்சிறையில்தான் தள்ளிவிடும். ஐயம் இல்லை. ஐயமே இல்லை.

ஏகாதிபத்தியங்கள் தொடர்ந்து ஆப்கனைக் குறிவைப்பது ஏன்?

ரஷ்யா, சீனா, இந்தியா எனும் மூன்று இராட்சதர்களுக்கு இடையே உள்ள முக்கியமான ராணுவ தளம் ஆப்கன். இந்த மூன்று இராட்சதர்களும் தூக்கம் கலைந்து கைகோர்த்துவிட்டால் அதுவும் கம்யூனிசப்பாதையில் நடைபோட்டுவிட்டால் அதைவிட ஏகாதிபத்தியங்களுக்கு பேராபத்து ஏதும் இல்லை. நூற்றாண்டுகளாய் ஏகாதிபத்தியத்தை ஆட்டிப் படைக்கும் கிலி இதுவே! எனவே இராணுவ வியூகப்படி ஆப்கன் ஏகாதிபத்தியங்களின் முக்கிய தளமாகவே தொடரும்.

அங்கு வேரோடியிருக்கும் பல்வேறு பழங்குடி இன மோதல்கள், பழமைவாதம், பிற்போக்குத்தனம், ஏழ்மை, அறியாமை இவை எல்லாம் ஏகாதிபத்திய வியூகத்திற்கு மிகவும் தோதானவை.

கம்யூனிசத்தைத் தடுக்கும் அரணாக மதத்தை பயன்படுத்துவது என்பது சிஐஏ குணாம்சத்தில் ஊறிப்போனது. போர்டு பவுண்டேஷன் இதற்கு வடிவம் கொடுக்கும் கைங்கரியத்தைச் செய்யும்.

1956 ஜனவரியில் போர்ட் பவுண்டேஷனைச் சார்ந்த டான் பிரைஸ் சொன்னான், "புதிதாக விடுதலை பெற்ற நாடுகள் தங்கள் கலாச்சார விடுதலையையும் தேசப்பற்றையும் வலுப்படுத்துவதற்கு ஏதுவாக தங்கள் மதத்தின் மறுமலர்ச்சியில் கூடுதல் அழுத்தம் கொடுத்தன. ஆசியாவின் மதப்பாரம்பரியம் கம்யூனிசத்தைத் தடுக்கும், எதிர்க்கும் அரணாகப் பயன்படும்."

இதனை "வாசிங்டன் தோட்டாக்கள்" நூலில் சுட்டிக்காட்டும் விஜய் பிரசாத் மேலும் டான் பிரைஸன் கூற்றைச்சுட்டி சொல்கிறார்:

"கம்யூனிசத்தைக் காட்டிலும் பிற்போக்குத்தனம் சிறந்தது. ஆசியாவின் பண்பாட்டு உலகின் நம்பிக்கைக்குரிய கோட்பாடாக பிற்போக்குத்தனத்தை விற்க முடிந்தது. கம்யூனிசம் அந்நியமானது. பிற்போக்குத்தனம் மண்ணுக்குரியது."

இப்படி போர்ட் பவுண்டேஷன் விதைத்த ஆபத்தான கருத்து இன்றும் இந்தியாவிலும் ஆப்கனிலும் எதிரொலிக்கிறதே!

"….. சூயஸ் கால்வாயிலிருந்து சுமத்திரா வரை இஸ்லாம் உள்ளது. இஸ்லாம் கம்யூனிச சக்திகளுடனோ, ஜனநாயக சக்திகளுடனோ [ஏகாதிபத்திய சக்திகளுக்குத்தான் ஜனநாயக பட்டுக்குஞ்சலம்] இணையக்கூடும். அமெரிக்கா இஸ்லாமிய சக்திகளை தன் வசப்படுத்த வேண்டும்." என தைவானைச் சார்ந்த ஹஜி யூசுப் சங் என்பவர் 1851இல் எழுதியது.

இந்த ஆவணத்தை தைவானில் இருந்த அமெரிக்க இராணுவப் பிரிவு தூதர் தளபதி டேவிட் பேரட் அனுப்பி வைத்தார். "இஸ்லாமிய சக்திகளின் மறுமலர்ச்சியில்தான் கம்யூனிசத்துக்கான பதிலும் உள்ளது." "கம்யூனிசத்தைவிட வலுவான தத்துவமே அதைத் தடுக்கும். அத்தகைய வலுவான தத்துவம் மத்திய கிழக்கில் உள்ளது."

ஆக, இஸ்லாமிய பயங்கரவாதம் என வெளி உலகுக்கு அமெரிக்கா பூச்சாண்டி காட்டினாலும் இஸ்லாமிய கடுங்கோட்பாட்டுவாதம் தமக்கு லாபம் எனக் கருதி ஊட்டி வளர்த்தது என்பதே உண்மை. தாலிபான்கள் அவர்களின் பிள்ளை. இப்போது பிள்ளையின்

பொறுப்பில் ஆட்சியை விட்டிருக்கிறார்கள். ஆட்டுவிக்கும் சூத்திரக் கயிறு சிஐஏ கையில்தான்.

வரலாறு உலகிற்குப் பாடம் சொல்லிக்கொண்டே இருக்கிறது. நாம் கற்றுக்கொண்டோமா?

இந்தியாவுக்கு உடனடியாக எழுந்துள்ள சவால்களை பீப்பிள்ஸ் டெமாக்ரசி தலையங்கம் கீழ்க்கண்டவாறு எச்சரிக்கிறது:

"ஆப்கானிஸ்தானில் ஏற்பட்டுள்ள அமெரிக்காவின் படுதோல்வி, இந்தியாவுக்கு படிப்பினைகளைத் தருகிறது. 2001ஆம் ஆண்டு ஆப்கானிஸ்தான் மீதான அமெரிக்க ராணுவத்தின் படையெடுப்புக்கு அன்றைக்கு இருந்த வாஜ்பாய் அரசாங்கம் முழு ஆதரவை அறிவித்தது. அப்போது முதல் அமெரிக்காவிற்கு ஆதரவாகவே இந்திய அரசு நிற்கிறது.

ஆனால் உண்மையில், அப்படி அளித்த ஆதரவையும்கூட அமெரிக்கா ஒரு பொருட்டாக மதிக்கவில்லை. ஆப்கானிஸ்தான் மீதான படையெடுப்புக்குத் தேவையான ராணுவத் தளவாட போக்குவரத்துக்கு இந்தியாவின் தளங்களை பயன்படுத்திக் கொள்ளலாம் என்று வாஜ்பாய் அரசாங்கம் தானே முன்வந்து கூறியதைக்கூட அமெரிக்கா ஏற்றுக்கொள்ளவில்லை. அதற்கு மாறாக பாகிஸ்தான் வழியாக தனது ராணுவத் துருப்புகளை ஆப்கானிஸ்தானில் இறக்கியது. பல்லாண்டு காலமாக அமெரிக்காவுடன் இப்படிச் சேர்ந்து சேர்ந்து, இன்றைக்கு இந்தியா, அமெரிக்காவின் ஒரு ராணுவ சூழ்ச்சிக் கூட்டாளி என்ற இடத்திற்கு வந்து நிற்கிறது.

மோடி அரசாங்கம் அமெரிக்காவுடன் கையெழுத்திட்டுள்ள தொடர்ச்சியான ராணுவ உடன்பாடுகள், இந்தக் கூட்டணிக்குள் ஒரு ராணுவ குணாம்சத்தை உருவாக்கியிருக்கின்றன. குவாட் எனப்படும் நான்கு நாடுகள் கூட்டணியில் கையெழுத்திட்டதுதான் இந்த வரிசையில் உச்சம்.

அமெரிக்காவுடனான இத்தகைய ராணுவ சூழ்ச்சிக்கூட்டு என்பது, இந்தியாவின் நீண்டகால நலன் சார்ந்த சுயசார்பை மிக மோசமான முறையில் தடுத்து நிறுத்தியிருக்கிறது; ஒரு சுதந்திரமான வெளியுறவுக் கொள்கையை மலினப்படுத்தியிருக்கிறது.

அமெரிக்கா, "பயங்கரவாதத்திற்கு எதிரான போர்" என்ற தனது நடவடிக்கையை மேற்கு ஆசியாவில் தனது வல்லாதிக்கத்தை நிலைநாட்டும் நோக்கத்துடன் துவக்கியது என்று சொன்னால்;

தற்போது குவாட் கூட்டணி என்பது சீனாவைத் தனிமைப்படுத்துவது மற்றும் தடுத்து நிறுத்துவது என்ற அதன் நீண்டகால ராணுவ சூழ்ச்சித் திட்டத்தின் ஒரு வெளிப்பாடே ஆகும்.

கடந்த வாரம், வெளியுறவு அமைச்சர் எஸ்.ஜெய்சங்கர் ஒன்றைக் கூறியிருக்கிறார். தெற்கு ஆசியாவில் அமெரிக்காவுடன் இணைந்து செயல்படுகிறோம்; அதேவேளையில் மேற்காசியாவில் குறிப்பாக ஆப்கானிஸ்தானில் வேறுபட்ட அணுகுமுறைகள் உள்ளன என்று அவர் குறிப்பிட்டுள்ளார்.

இதன் பொருள் என்னவென்றால், மோடி அரசு அமெரிக்காவுடனான குவாட் கூட்டணியிலிருந்து வெளியேறாமல் தொடரவே விரும்புகிறது; அதே வேளையில் ஆப்கானிஸ்தானிலிருந்து அமெரிக்கா எந்த முன்னேற்றமும் ஏற்படுத்தாமல் வெளியேறியிருக்கும் நிலை பற்றி தனது அதிருப்தியையும் வெளிப்படுத்துகிறது என்பதுதான்.

அமெரிக்காவுடன் அணி சேர்ந்து கொள்வதற்கு முன்னுரிமை அளித்த காரணத்தால் ஆசிய பிராந்தியத்தில் இந்தியா தனிமைப்பட்டு நிற்கிறது என்பதற்கு அது பின்பற்றிய ஆப்கானிஸ்தான் கொள்கையே சாட்சியமாகும்.

1996 முதல் 2001 வரை தலிபான்கள் ஆட்சியிலிருந்தபோது அதற்கெதிராகப் போராடிய வடக்குக் கூட்டணிக்கு (Northern Alliance) ஆதரவாக ரஷ்யா, ஈரான், இந்தியா ஆகிய மூன்று நாடுகளும் இருந்தன; இப்போது ரஷ்யாவும், ஈரானும் தலிபான் நிர்வாகத்துடன் தொடர்புகளை உடனடியாக உருவாக்கிக் கொண்டுள்ளன என்பது குறிப்பிடத்தக்கது.

ரஷ்யாவும், ஈரானும் சீனாவுடன் சேர்ந்து, ஆப்கன் அரசு நிர்வாகத்தை தலிபான்கள் கையில் எடுத்துக்கொள்வதற்கு முன்பே பேச்சுவார்த்தை நடத்திவிட்டனர் என்பது குறிப்பிடத்தக்கது.

ஆனால், ஒரு குறுகிய பார்வையுடனான பாகிஸ்தான் எதிர்ப்பு, சீன எதிர்ப்பு என்கிற மோடி அரசின் தற்போதைய கொள்கை அணுகுமுறையானது, நமது அனைத்து தெற்காசிய அண்டை நாடுகளிடமிருந்தும் இந்தியாவைத் தனிமைப்படுத்தியுள்ளது என்பதே உண்மை.

மோடி அரசு தனது வெளியுறவுக் கொள்கையையும் நீண்டகால நலன் சார்ந்த ராணுவ ரீதியான கண்ணோட்டத்தையும் மாற்றி அமைத்துக் கொள்ளாவிட்டால் எதிர்வரும் நாட்களில்,

இன்னும் மோசமான முறையில் பகைமையான பிராந்திய சூழ்நிலைமையிலேயே இயங்க வேண்டிய நிலை ஏற்படும்.

இந்திய கம்யூனிஸ்ட் [மார்க்சிஸ்ட்] கட்சியின் மேலே குறிப்பிட்ட எச்சரிக்கை பொருள் பொதிந்தது.

ஆப்கன் இந்தியாவுக்கு விடுக்கும் இன்னொரு எச்சரிக்கை மதவெறியின் கோரமுகம்தான். நாம் உணர்வோமா?

★ ரஷ்யா–இந்தியா–சீனாவுக்கு இடையிலான தவிர்க்க முடியாத ராணுவத்தளமாக ஆப்கனை ஏகாதிபத்தியம் கருதுவதாலும்...

★ ஆப்கனில் பழங்குடி இனமோதலும் பழமைவாதமும் வேரோடி இருப்பதாலும்...

★ பொதுவாய் மதவெறி, குறிப்பாய் இஸ்லாம் மதவெறி கம்யூனிசத்தைப் பரவ விடாமல் தடுக்க உதவும் என்பதாலும்...

★ கார்ப்பரேட் கொள்ளைக்கும் பெட்ரோல், கனிம வள சூறையாடலுக்கும் ஆப்கன் ஏகாதிபத்தியங்களுக்குத் தேவை என்பதாலும்...

ஆப்கன் மக்களுக்கு அமைதியும் விடியலும் அவ்வளவு சீக்கிரம் வாய்த்துவிடாது .... ஏகாதிபத்தியமும் மதக்கடுங்கோட்பாட்டாளர்களும் சுலபமாய் வழிவிட மாட்டார்கள்.

அமெரிக்க தொழிலாளர்கள் மத்தியில் இயங்கிய 'கிளாரியன் பாடகர்கள்' எனப்படும் குழுவின் தெம்மாங்குப் பாடலில் இருந்து சில வரிகளை ஆப்கானுக்காகப் பாடுவோம்-நம்பிக்கையோடு.....

"நமது பள்ளத்தாக்குகளைப் போல அழகியதாக
நமது மலைகளைப் போல உயர்வானதாக
இதை இயற்றிய மக்களைப்போல உறுதிமிக்கதாக
நமது பாடல் மீண்டும் வரும்!"

★★★

www.ingramcontent.com/pod-product-compliance
Lightning Source LLC
LaVergne TN
LVHW040749051026
849519LV00007BA/2489
9789391262457